கம்ப்யூட்டரே ஒரு கதை சொல்லு

சிறுகதைகள்

கிழக்கு பதிப்பக வெளியீடுகளாக சுஜாதாவின் புத்தகங்கள்

மீண்டும் ஜீனோ
நிறமற்ற வானவில்
நில்லுங்கள் ராஜாவே
தீண்டும் இன்பம்
ஆஸ்டின் இல்லம்
அனிதாவின் காதல்கள்
நைலான் கயிறு
24 ரூபாய் தீவு
அனிதா இளம் மனைவி
கொலை அரங்கம்
கமிஷனருக்கு கடிதம்
அப்ஸரா
பாரதி இருந்த வீடு
மெரீனா
ஆர்யபட்டா
என் இனிய இயந்திரா
காயத்ரி
ப்ரியா
தங்க முடிச்சு
எதையும் ஒருமுறை
ஊஞ்சல்
ஓரிரவில் ஒரு ரயிலில்
மீண்டும் ஒரு குற்றம்
விக்ரம்
நில், கவனி, தாக்கு!
வாய்மையே சில சமயம் வெல்லும்
ஆ..!
வசந்த காலக் குற்றங்கள்
சிவந்த கைகள்
ஒரே ஒரு துரோகம்
இன்னும் ஒரு பெண்
6961
ஜோதி
மாயா
ரோஜா
ஓடாதே
மேற்கே ஒரு குற்றம்
விபரீதக் கோட்பாடு
ஐந்தாவது அத்தியாயம்
மலை மாளிகை
விடிவதற்குள் வா
மூன்று நாள் சொர்க்கம்
பத்து செகண்ட் முத்தம்
கம்ப்யூட்டர் கிராமம்
இளமையில் கொல்
மேகத்தை துரத்தியவன்
ஒரு நடுப்பகல் மரணம்
நகரம்
இதன் பெயரும் கொலை
மண்மகன்
தப்பித்தால் தப்பில்லை
விழுந்த நட்சத்திரம்
முதல் நாடகம்
ஆட்டக்காரன்
ஜன்னல் மலர்
என்றாவது ஒரு நாள்
வைரங்கள்
மேலும் ஒரு குற்றம்
சொர்க்கத் தீவு
கனவுத் தொழிற்சாலை
ஆயிரத்தில் இருவர்
பதினாலு நாட்கள்
உள்ளம் துறந்தவன்
பிரிவோம் சந்திப்போம்
கரையெல்லாம் செண்பகப்பூ
இரண்டாவது காதல் கதை
நிர்வாண நகரம்
குருபிரசாதின் கடைசி தினம்
இருள் வரும் நேரம்
திசை கண்டேன் வான் கண்டேன்
ஆழ்வார்கள் - ஓர் எளிய அறிமுகம்
தேடாதே
விருப்பமில்லாத் திருப்பங்கள்
விரும்பிச் சொன்ன பொய்கள்
கை
ஆதலினால் காதல் செய்வீர்
நூற்றாண்டின் இறுதியில் சில சிந்தனைகள்
அப்பா, அன்புள்ள அப்பா
மிஸ். தமிழ்த்தாயே, நமஸ்காரம்!
சிறு சிறுகதைகள்
வாரம் ஒரு பாசுரம்
வானத்தில் ஒரு மௌனத்தாரகை
கடவுள் வந்திருந்தார்
அனுமதி
ஓலைப் பட்டாசு
சேகர், சிங்கமய்யங்கார் பேரன்
கம்ப்யூட்டரே ஒரு கதை சொல்லு
டாக்டர் நரேந்திரனின் வினோத வழக்கு
நிஜத்தைத் தேடி
பாதி ராஜ்யம்
சில வித்தியாசங்கள்

கம்ப்யூட்டரே ஒரு கதை சொல்லு

சிறுகதைகள்

சுஜாதா

கிழக்கு

கம்ப்யூட்டரே ஒரு கதை சொல்லு
Computere Oru Kathai Sollu
by Sujatha
Sujatha Rangarajan ©

First Edition: December 2013
168 Pages
Printed in India.

ISBN 978-81-8493-672-8
Kizhakku - *642*

Kizhakku Pathippagam
177/103, First Floor,
Ambal's Building, Lloyds Road,
Royapettah, Chennai 600 014.
Ph: +91-44-4200-9601

Email : support@nhm.in
Website : www.nhm.in

Cover Image: Shutterstock

Kizhakku Pathippagam is an imprint of New Horizon Media Private Limited

This book is sold subject to the condition that it shall not, by way of trade or otherwise, be lent, resold, hired out, or otherwise circulated without the publisher's prior written consent in any form of binding or cover other than that in which it is published and without a similar condition including this the rights under copyright reserved above, no part of this publication may be reproduced, stored in or introduced into a retrieval system, or transmitted in any form or by any means (electronic, mechanical, photocopying, recording or otherwise), without the prior written permission of both the copyright owner and the above-mentioned publisher of this book.

சமர்ப்பணம்

எஸ்.ஏ.பி. அவர்களுக்கு

பொருளடக்கம்

1. இது மட்டும் / 11
2. சசி காத்திருக்கிறாள்! / 22
3. வந்தேன்... பார்த்தேன்... கொன்றேன்! / 30
4. புதுடெல்லி - 618271 / 38
5. மன்னிக்கவும், இது கதையின் ஆரம்பமல்ல / 45
6. ஒரு திறந்த கடிதம் / 55
7. ஒரு கதையில் இரண்டு கதைகள்! / 64
8. சொல்லச் சொல்லக் கேட்காமல்... / 76
9. எங்கிருந்தோ வந்தாள் / 85
10. படம் இல்லை நிஜம் / 101
11. 1000 வருடங்கள் உயிருடன் இருப்பது எப்படி? / 112
12. கம்ப்யூட்டரே ஒரு கதை சொல்லு! / 123
13. ஒரு நாள் / 136
14. மிஸ்டர் முன்சாமி ஒரு 1.2.1 / 148
15. துணை / 157

முன்னுரை

ஏறக்குறைய ஆரம்ப காலத்திலிருந்து 1963 லிருந்து 1972 வரை நான் எழுதிய கதைகளி லிருந்து தேர்ந்தெடுக்கப்பட்டவை. இவை வருஷ ரீதியில் வரிசை அமைந்திருப்பதால் எழுதுகிற பாணியிலும் விஷயத்திலும் மாறுதல் ஏற்பட்டிருக்கிறதா என்பதை இதைப் படிப்பவர்கள் தெரிந்து கொள்ளலாம்.

இந்தத் தொகுதியில் உள்ள 'சசி காத்திருக் கிறாள்' என்கிற 1966ல் வெளிவந்த கதையை இன்னும் ஞாபகம் வைத்துக்கொண்டு என் னிடம் குறிப்பிடுகிறார்கள். இது முதலில் வந்தபோது 'அடிக்கடி எழுதுங்கள்' என்று என்னை ஊக்குவித்த எஸ்.ஏ.பி. அவர்களை இந்தத் தருணத்தில் நினைவுகொண்டு அஞ்சலி செலுத்த விரும்புகிறேன்.

சென்னை **சுஜாதா**
02.10.2000

1

இது மட்டும்

இரண்டாயிரம் அடி உயரத்திலிருந்து சென்னை நகரத்தை உங்களில் பலர் பார்த்திருக்க மாட்டீர்கள். அந்த வாய்ப்பு ஆத்மாவுக்குக் கிடைத்திருந்தது. ஒரு 'புஷ்பக்' விமானத்தில் அவன் மாமாவிற்குப் பக்கத்தில் உட்கார்ந்திருந்தான். அவன் மாமா ஒரு அபார ஆசாமி. அவர் ஓர் 'ஏ' லைசன்ஸ் பொழுது போக்கு விமானி. அவரைப் பற்றி மேல் விவரங்கள் அப்புறம். 'புஷ்பக்' விமானத்தின் மெல்லிய விர்ர்ரில், அந்த உயரத்தின் பிரமிப்பில், கீழே தெரிந்த ஒழுங்கொழுங்கான தெருக்களிலும், அதில் மனிதர்களும் பஸ்களும் மின்சார ரெயில் வண்டிகளும் செய்த சிறிய சிறிய பொம்மை நடனக் காட்சிகளிலும் ஆத்மாவின் மனது செல்லவில்லை. அவன் வேறு ஒரு தீவிரமான விஷயத்தைப் பற்றி யோசித்துக் கொண்டிருந்தான், தன் மாமாவை எப்படிக் கொல்வது என்று!

மன்னிக்கவும். இந்த வாக்கியத்தின் திடீர்ப் பிரவேசம் ஆத்மாவை ஒரு வில்லனாகக் காட்டுகிறது. இல்லன். அவன் பரம சாது. புத்திசாலி. ஓர் உயிருக்கும் தீங்கிழைக்க மாட்டான், அனாவசிய மாக. ரொம்ப யோசனைக்குப் பிறகுதான் தன் மாமாவைக் கொல்லும் முடிவுக்கு வந்திருந்தான். காரணம் வருமாறு:

அவன் மாமாவுக்கு அன்று, அதாவது 18.10.1966ல் இருபது லட்ச ரூபாய் சொத்து இருந்தது. இருபது லட்சம் என்றால், அவர் இறக்கும் பட்சத்தில் எஸ்டேட் ட்யூட்டி கொடுத்தது போக, ஏக வாரிசான ஆத்மாவுக்கு வந்து சேரக் கூடிய நிகர ரொக்கம் இருபது லட்சம். இன்கம்டாக்ஸ் சட்டம் தெரிந்தவர்கள் சொத்தின்

மதிப்பைக் கணக்கிட்டுப் பார்த்துக் கொள்ளவும். ஆத்மாவின் மாமா நாம் முன்பு சொன்னபடி அபார ஆசாமி. எதை எடுத்துக் கொண்டாலும் தீவிரமாக இறங்குகிற ஆசாமி. விவேகானந்தர் போல் பிரம்மச்சாரியாக இருந்து பணம் தேடுவதிலேயே தன் இளமையைக் கழித்தார். இரவில்லை, பகலில்லை என்று காசைத் துரத்தினார். கடன் வாங்கினார், புரட்டினார், செழித்தார். சர்க்கரை ஆலை வைத்தார், செழித்தார். ஷேர் மார்க்கெட்டில் விளையாடினார். மேற்கு ஜெர்மனிக்கு சொந்தச் செலவில்போய் தந்திரங்கள் கற்று வந்து மோட்டாரின் பாகங்களுக்கு ஓர் ஆலை அமைத்தார். ஜெயித்தார். திருமணம் செய்துகொள்ளக்கூட நேரமில்லாமல் நாற்பத்தைந்து வயதுவரை சம்பாதித்துச் சம்பாதித்து அலுத்துப்போய், தற்போது மாளிகை போன்ற வீடு, கார், மேல் நாட்டு நாய், கால்ஃப், நீட்ஷேயின் புத்தகங்கள் என்று ஓய்ந்திருக்கிறார். சென்னை ஃப்ளையிங் கிளப்பில் 45 வயதில் மெம்பரானார். பன்னிரண்டே மணியில் 'ஸோலோ' பறந்து காட்டி 'ஏ' லைஸன்ஸ் எடுத்தார். டென்னிஸ் ஆடுகிறார். தினம் பத்து மைல் நடக்கிறார் அபார மனிதர்.

ஆத்மா அவருக்குப் பிரியமான ஒரே உறவினன். ஆதி நாளில் அவர் ஏழ்மையில் இருந்தபோது மற்ற உறவினர்கள் அவரைப் புறக் கணிக்க, அவர் கூடவே இருந்து அவர் சுக துக்கங்களில் பங்கு கொண்டு அவர் நிழலில் எப்போதும் தங்கின உறவினன் ஆத்மா. மற்றும் அவர் காரியதரிசி, கணக்கன், வேலையாள், அடிமை, நண்பன் எல்லாம் அவன்தான். அவரே வெளிப் படையாக, 'ஆத்மா, உனக்குத் தாண்டா என் சொத்து முழுவதும். எனக்கு என்னவோ இப்போது சாவதாக உத்தேசமில்லை. இருந்தும் திடீரென்று விமானத்திலோ, காரிலோ அல்லது ஏதாவது 'காரனரி' என்றோ நான் போய்விட்டால்? அதற்கு பந்தோபஸ்தாகத்தான் உன் பெயரில் உயில் எழுதி ரிஜிஸ்தர் செய்து வைத்திருக்கிறேன்' என்று சொல்லியிருக்கிறார். அவராவது சாவதாவது! இருந்தும் ஆத்மா வருஷக் கணக்கில் அந்த சொத்துக்காகக் காத்திருக்க அவன் மாமாவுக்குப் பணிவிடை புரியத் தயாராகத்தான் இருந்தான். இந்தச் சமயத்தில் வந்தாள் சரஸ்வதி.

சரஸ்வதி ஒரு நர்ஸ். மாமாவின் பர்ஸுக்காக வந்த நர்ஸ். ஒரு தடவை, ஒரே ஒரு தடவை மாமாவுக்கு இதய வலி வந்தது. தலை மயிர் சிலிர்த்து, உடம்பு சில்லிட்டு, போய் விடுவார் என்றுதான் நினைத்தான். டாக்டர் வந்தார். ஊசி ஏற்றினார். ரத்த அழுத்தம்

எடுத்தார். உணவைக் கட்டுப்படுத்தச் சொன்னார். டென்னிஸ் ஆடக் கூடாது; நடக்கக் கூடாது; விமானப் பிரயாணம் கூடாது. பதினைந்து நாட்கள் படுக்கையிலேயே இருக்க வேண்டும். அவரைப் பார்த்துக்கொள்ள ஒரு நர்ஸை அனுப்பி வைத்தார்.

வந்தவள் சரஸ்வதி. சரஸ்வதிக்கு முப்பது வயதிருக்கும். அதில் ஐந்தைக் கரைக்கக்கூடிய மேக்கப் சாதுர்யம். உடம்பான உடம்பு. சுலபத்தில் மின்சார விளக்குப் போட்டதுபோல் பளிச்சென்று சிரிப்பாள். பதினைந்து நாள் சிச்ருஷை செய்தாள். சிச்ருஷையா அது? ஏதோ ரிஷிகளுக்கு ரிஷி பத்தினிகள் செய்வதுபோல், உடம்பைத் துடைத்துவிட்டு, தலை வாரிவிட்டு, உடைகளைக் களைந்து மாற்றி, மாமாவுக்குப் பிடித்தமான புத்தகங்கள் படித்துக் காட்டி, முதுகைப் பிடித்துவிட்டு... சேச்சே!

சரஸ்வதி பதினைந்து நாட்களுக்குப் பிறகும் இருந்தாள். அவள் போக்குவரத்தில் தெரிந்த அந்தரங்கமும், மாமாவின் காதில் அவள் ஏதோ சொல்வதும், இருவரும் சிரிப்பதும், அலட்சியமாக அவள் போட்டுக்கொள்ள மறந்த சட்டைப் பித்தான்களும் ஆத்மாவுக்குப் பிடிக்கவே இல்லை. மேலும் மாமாவின் நடையுடை பாவனைகளில் ஏற்பட்ட மாறுதல்களைப் புரிந்து கொள்ளாமலிருக்க அவன் அவ்வளவு முட்டாளல்ல. தலை மயிரில் தெரிந்த நரைக்கு சாயம். 'ஏ' சர்டிபிகேட் படங்கள் (சரஸ்வதியுடன்). கடோபனிஷத் படித்துக் கொண்டிருந்தவர், அதிவீரராம பாண்டியன் புத்தகம் ஒன்றையும், ஹெரால்ட் ராபின்ஸ் நாவல்களையும் படிக்கத் துவக்கம்! கடைசியில் 'குணமானதும் முதல் தடவை விமானத்தில் போகப் போகிறேன். நீயும் என்னுடன் வா' என்று ஆத்மாவை அழைத்துப்போய், அந்த இரண்டாயிரம் அடி உயரத் தனிமையில் இடியைப் போட்டார்.

அவர் சொன்ன விதம் அழகாகத்தான் இருந்தது. 'ஆத்மா, நீ இதை எதிர்பார்த்திருப்பாய். என் இளமையை அனாவசியமாகப் பணம் தேடுவதில் செலவழித்து விட்டேன். நல்லவேளை, சரஸ்வதி வந்தாள். இன்னும் 'லேட்' இல்லை என்பதை நிரூபித்தாள். சரஸ்வதியை நான் கல்யாணம் செய்துகொள்ளப் போகிறேன். வருகிற வெள்ளிக்கிழமை. பங்களூரில் அவள் தாய் தந்தையர் இருக்கின்றனர். ரிஜிஸ்தர் விவாகம். வியாழக்கிழமை அவளை அழைத்துக்கொண்டு கிளப் விமானத்தில் பெங்களூர் செல்லப் போகிறேன். உனக்கு இதில் சந்தோஷம்தான் என்று நினைக்கிறேன். என்ன?' என்றார்.

‘மாமா, இதில் எனக்கு ரொம்ப சந்தோஷம்’ என்றான் ஆத்மா. அவன் மனத்தில் வியாழக்கிழமை சரஸ்வதியுடன் விமானத்தில் செல்லப் போகிறேன் என்ற வாக்கியம் தெளிவாகப் பதிந்தது.

விமானம் பச்சை விளக்குக் காட்ட மெதுவாக இறங்கிப் புல் தரையில் தொட்டுத் தத்தியது.

‘எப்படி இருந்தது பிரயாணம்?’

‘ஏறும்போது வயிற்றில் என்னவோ செய்தது. அவ்வளவுதான்’ என்றான் ஆத்மா. மனத்தில் ‘மாமா மன்னிக்கவும், உங்களை எப்படியாவது கொல்லப் போறேன். நான் இருபது வருஷங் களாகக் காத்திருந்த சொத்தை இரண்டு மாதங்களுக்கு முன் வந்த ஒரு பெண்ணோ, அவள் உமக்குத் தரப் போகும் வாரிசோ கவர்ந்து செல்வதை நான் அனுமதிக்க மாட்டேன். நிச்சயம், நிச்சயம் உங்களைக் கொல்லப் போகிறேன்! எப்படி? தூக்கத்திலா? விஷம் வைத்தா? கத்தியாலா? கொல்வதில் சாகசம் வேண்டும். எப்படிக் கொல்லப் போகிறேன். எனக்கு ஆறு நாள் டயம் கொடுத்திருக் கிறீர்கள். எப்படி...’

வியாழக்கிழமை விமானத்தில் சரஸ்வதியுடன் போகப் போகிறார்...

எப்படி? எப்படி?

‘க்ளப்’ காண்டீனில் இருவரும் டீ அருந்தினார்கள்.

மாமா, ‘எனக்கு இன்னும் கொஞ்ச நேரம் ஆகும். நீ இருக் கிறாயா?’ என்றார்.

‘இல்லை மாமா, நான் ரெயிலில் போகிறேன். நீங்கள் காரில் அப்புறம் வாருங்கள்’ என்றான்.

அத்தனை லட்சத்தையும் எவளோ ஒரு சரஸ்வதி அடித்துக் கொண்டு போவதா?

விடலாமா?

மீனம்பாக்கம் விமான நிலையத்திலிருந்து மின்சார ரெயில் நிலையத்திற்கு நடக்கும் போதும், டிக்கெட் வாங்கும் போதும், முதல் வகுப்பில் ஏறி ஜன்னலோரத்தில் உட்கார்ந்த போதும்,

எப்படி, எப்படிக் கொல்லப் போகிறேன் என்று யோசித்தபடி வந்தான்.

நேரம் மாலை நாலு மணி இருக்கும். ஜன்னலுக்கு வெளியே பார்த்துக் கொண்டிருந்தான். வண்டி பரங்கி மலையை நெருங்க, தூரத்தில் பாறைகளும் கற்குன்றுகளும் தெரிந்தன. 'டபார்!' வெடி வைத்து ஒரு குன்றைப் பிளந்து கொண்டிருந்தார்கள். ஆத்மா நிமிர்ந்தான். அதே சமயம் அவன் மனத்தில் சரேல் என்று சில எண்ணங்கள் தொடர்ந்தன.

மாம்பலத்தில் அவன் இறங்கியதும் அவன் செய்த காரியங்களில் ஒரு 'கம்ப்யூட்டர்' நிர்ணயம் இருந்தது. வேகமாக நடந்து டாக்ஸி பிடித்தான். ஏ.ஜே. நாராயணன் அண்ட் பிரதர்ஸ், ஸிவில் இன்ஜினியரிங் கண்ட்ராக்டர்ஸ் என்கிற ஓர் இடத்தில் டாக்ஸியை நிறுத்தி இறங்கினான். உள்ளே சென்று அதில் ஒரு முக்கியமான இன்ஜினியரைச் சந்தித்தான்.

'எனக்குக் கல் பாறைகளை வெடி மருந்து வைத்து உடைப்பது பற்றிச் சில விஷயங்கள் தெரிய வேண்டும்' என்றான்.

'உங்களுக்கு எதற்கு?' என்றார், அவர்.

'நாங்கள் ஒரு சினிமா எடுக்கிறோம். அதில் ஒரு வெடி விபத்து வருகிறது. அதற்கான செட்டுக்குத் தேவை.'

'என்ன தெரிய வேண்டும்?'

'அதில் உபயோகப்படும் வெடி மருந்து என்ன?'

'கெலிக்னைட், ஜெலாடின் என்று இரண்டு வகை மருந்து உபயோகிப்பார்கள். இரண்டும் நைட்ரோக்ளிஸரின் கலந்தது. அதைப் பற்ற வைக்கத் திரியாக, ஃபல்மினேட் ஆஃப் மெர்க்குரி உபயோகிப்பார்கள். அபாயகரமான வேலை.'

'இந்த மருந்துகள் உங்களிடம் கிடைக்குமா?'

'நாங்கள் ராக் ப்ளாஸ்டிங் எடுத்துக் கொள்வதில்லை. கிடைக்கும் இடம் வேண்டுமானால் சொல்கிறேன்.'

'ப்ளீஸ்.'

அவர் சொன்ன முகவரியைக் குறித்துக்கொண்டு புரசைவாக்கம் சென்று கணேசன் என்று ஓர் ஆளைப் பார்த்துப் பேசினான். பின்பு

மூர்மார்க்கெட் சென்று ஓர் அலாரம் கடியாரம் வாங்கினான். திரும்ப அந்த கணேசன் என்பவரிடம் சென்றான்.

மூன்றாம் தடவையாக அந்தத் தலை கலைந்த ஆசாமியான கணேசனை புதன்கிழமை சந்தித்தான்.

மேஜையில் அந்த அலாரம் கடியாரம் இருந்தது. சாதாரண கடியாரம்தான் அது. ஒரே ஒரு வித்தியாசம். அதன் முதுகில் ஒரு வால் இருந்தது. கணேசன் அதை எடுத்து, 'பாருங்க, இப்ப மணி என்ன? 11.55. பன்னிரண்டு மணிக்கு அலாரம் வைக்கிறேன். என்ன நடக்கிறது பாருங்க' என்றான்.

ஆத்மா தன் வியர்வையைத் துடைத்துக்கொண்டு உன்னிப்பாகக் கவனித்தான். க்ளிக் க்ளிக் என்று அதன் சக்கரங்களின் விடுதலையில் மெதுவாக மெதுவாக முள் பன்னிரண்டை நெருங்கியது. அலாரம் அடிக்கும் பகுதியில் பல் சக்கரத்தின் இடையில் மாட்டிக் கொண்டிருந்த சிறிய வலிய இரும்பு சக்தி தன் 'ஸ்பிரிங்' கோபத்திலிருந்து விடுபடக் காத்திருந்தது.

க்ளிக் க்ளிக் க்ளிக்... முள் பன்னிரண்டை அடைந்தது. பட்டென்று கம்பி தெறித்து ஒரு சிறிய பித்தான் போல் இருந்த பொருள் மேல் அடித்தது. ஒரு சிறு நெருப்புத் தெறித்து உடன் இணைக்கப்பட்ட திரி பற்றிக்கொண்டு நெருப்பு சரசரவென்று பரவி, திரியை முழுவதும் சாப்பிட்டு விட்டு அணைந்தது!

'எப்படி?' என்றான் கணேசன்.

'அபாரம்!' என்றான் ஆத்மா.

'மறுபடி மற்றொரு 'பர்கஷன் காப்'பும் திரியும் இணைத்துத் தருகிறேன். எப்பொழுது வெடி வெடிக்கத் தேவையோ அப்போது திரியின் கடைசியில் வெடி மருந்து குச்சியைப் பொருத்தினால் எத்தனை மணிக்கு அலாரம் வைக்கிறீர்களோ, அப்போது வெடிக்கும். ரொம்ப ஜாக்கிரதையாக இருக்க வேண்டும்.'

'அபாரம், அபாரம், நீ ஐன்ஸ்டைனை முழுங்கியிருக்கிறாய்' என்றான் ஆத்மா.

'பணம் கொண்டு வந்தீர்களா?'

'எத்தனை?'

'நான்தான் சொன்னேனே, மூணு நோட்டு.'

பணத்தை வாங்கிக் கொள்ளும்போது கணேசன், 'ஆமாம் - இதெல்லாம் எதற்கு உங்களுக்கு? யாரையாவது...' என்றான்.

'இல்லை. இல்லை. 'மோட்சம்' என்று நாங்கள் ஒரு சினிமா எடுக்கிறோம். அதில் வெடி விபத்து வருகிறது. அதற்காக... வரட்டுமா?' என்றான் ஆத்மா.

'வாங்க, சாவி கொடுக்க மறந்துடாதீங்க...'

'மறப்பேனா, மறப்பேனா?'

அன்று மாலை ஆத்மா பறந்தான். மாமா மறுநாள் 'புஷ்பக்' விமானத்தில் சரஸ்வதியை அழைத்துக்கொண்டு பெங்களூர் போகிறார். அங்கே விவாகம். அதற்கான ஏற்பாடுகள். சில பொறுக்கின தெரிந்தவர்களுக்கு மட்டும் கைப்பட எழுதிய அழகான அழைப்பிதழ்கள். பங்களூரில் ரிட்ஸ் ஓட்டலில் திருமணத்திற்குப் பிறகு ஒரு தனி விருந்து. பின்பு மைசூர் போகிறார்கள். மூன்று நாட்கள் 'ஹனிமூன்'. பின்பு திரும்ப சென்னை வந்ததும் வீட்டில் புதிய எஜமானிக்கு வரவேற்பு விருந்து.

எல்லாவற்றுக்கும் கொஞ்சம்கூடப் படபடப்புக் காட்டாமல் ஆர்வத்துடன் ஏற்பாடு செய்தான். மாமாவும் சரஸ்வதியும் முதலில் விமானத்தில் செல்ல, மறுநாள் பிருந்தாவன் எக்ஸ் பிரஸில் இவன் பங்களூர் போவதாக ஏற்பாடு. மாமா அத்தனை சந்தோஷத்தில் இருந்தார். 'எனக்குத் திரும்பப் பிறவி எடுத்தது போல் இருக்கிறது. ஆத்மா! நீ இல்லை எனில் நான் திண்டாடிப் போயிருப்பேன். உன் சேவையை என்னால் மறக்க முடியாது. சரஸ்வதிக்கும் உனக்கும் ஒத்துப் போகும் என்று நினைக்கிறேன்' என்றார்.

'அதைப் பற்றிக் கவலையே வேண்டாம் மாமா!' என்றான் ஆத்மா. 'நாளைக்கு எத்தனை மணிக்குக் கிளம்பப் போகிறீர்கள்?'

'காலை பத்தரை மணிக்கு விமானத்தில் டேக் ஆஃப். ஒன்பதே முக்காலுக்கு இங்கிருந்து புறப்பட வேண்டும். டிரைவரை வரச் சொல்லியிருக்கிறாயா?'

'ஓ.'

'பத்தரை மணிக்குக் கிளம்பினால் பங்களூர் பன்னிரண்டரைக்குப் போய் விடுவோம் - எதிர்க்காற்று அதிகம் இல்லாமலிருந்தால்.'

ஆத்மா மனத்திற்குள் கணக்குப் போட்டான். பத்தரைக்குப் புறப்படுவார்கள். பன்னிரண்டரைக்குப் போய்ச் சேருவார்கள். சரியாக பதினொன்றரைக்கு அலாரம் வைக்கலாம். 11.30. 11.30. பாதி வழியில் வெடிக்கும். வேலூர் தாண்டியா, வேலூருக்கு முன்னாலா?

வியாழன் காலை எழுந்ததும் முதல் காரியமாகத் தன் அறைக்குள் சென்று தனிமையில் அந்தக் கடியாரத்துக்குச் சாவி கொடுத்தான். அலாரத்தை 11.30க்கு வைத்தான். அதன் பின் திரியின் முடிவில் பஞ்சில் சுற்றப்பட்ட ஒரு சாதாரண ஒற்றை வெடியின் பரிமாணம் இருந்த அந்த பயங்கரத்தைப் பொருத்தினான்.

சாதாரண வெடியோ அது? கைகள் நடுங்கின. இரண்டையும் கவனமாக ஒரு வேஷ்டியில் சுற்றினான். சுற்றிய அதை மற்றொரு துணியில் மடித்து ஒரு சிறிய தோல் பெட்டிக்குள் வைத்தான். பெட்டியைப் புத்தகங்கள் துணிகள் வைத்து நிரப்பினான். மூடினான். பூட்டினான். பெட்டியின் மேல் காதை வைத்துக் கேட்டான். கடியாரத்தின் டிக் டிக் மிக மிக லேசாகத்தான் கேட்டது.

குளித்தான். தலைவாரிக் கொள்ளும்போது, எதிரே தெரிந்த தன் கண்ணாடி உருவத்தைப் பார்த்துக் கண் சிமிட்டி, 'லட்சாதிபதி' என்றான். அழகாக உடை அணிந்து கொண்டான். இறங்கி வந்தான் பெட்டியுடன்.

மாமா கிளம்பத் தயாராக இருந்தார். புதிதாக ஷர்ட் அணிந்து புன்னகையுடன் புதிதாக ஏற்பட்ட தெம்புடன் - தமிழ் சினிமா வில் சேர்ந்தால் கதாநாயகனின் கடைசித் தம்பியாக நடிக்கலாம் - அப்படி இருந்தார். ஆத்மாவைப் பார்த்துக் குதூகலத்துடன், 'என் அன்புள்ள, கல்யாணமாகாத பெற்றோர்களின் மகனே! எப்படி இருக்கிறாய் இன்று காலை' என்று ஆங்கிலத்தில் வரவேற்றார். 'அது என்ன பெட்டி?' என்றார்.

'பங்களூரில் என் நண்பன் ஒருத்தனுடைய பெட்டி இது. அவன் புத்தகங்களும் துணிகளும் இதில் இருக்கின்றன. அவன் உங்களைப் பங்களூரில் விமான நிலையத்தில் சந்திப்பான்.

சிரமமில்லை என்றால் இதை அவனிடம் கொடுத்து விடுங்கள்' என்றான் ஆத்மா.

'சரி, அதை என் சாமான்களுடன் வை. இல்லாவிட்டால் மறந்து விடுவேன்.'

'நான் மறக்க மாட்டேன்' என்றான் ஆத்மா.

'சரஸ்வதி நேராக மீனம்பாக்கம் வருகிறேன் என்று சொன்னாள். நீ என்னுடன் இப்பொழுது விமான நிலையம் வருகிறாயா?'

'இல்லை மாமா. உங்களை நான் நாளை பங்களூரில் சந்திக்கிறேன். திரும்ப வந்ததும் 'ரிஸப்ஷனு'க்கு நிறைய ஏற்பாடுகள் செய்ய வேண்டும். எனக்கு நிறைய வேலை இருக்கிறது.'

மாமாவின் பெட்டி படுக்கையுடன் அந்தச் சிறிய பெட்டியும் காரில் போவதைப் பார்த்து விட்டுப் பெரிய மூச்சு விட்டுத் தன் அறையில் வந்து உட்கார்ந்தான்.

மணி 10.

கடவுளே! (வேடிக்கை! இதற்குக் கூடக் கடவுளைக் கூப்பிடு கிறேன்!) சமயத்தில் அவர்கள் கிளம்ப வேண்டும். சரஸ்வதி வருவதற்கு நேரமாகக் கூடாது. பங்களூரில் மூடுபனி இருக்கக் கூடாது. சேச்சே! அலாரத்தை 12 மணிக்கு வைத்திருக்கலாம் போலிருக்கிறதே. அவர்கள் கிளம்ப நேரமாகி, தரையிலேயே வெடித்து விட்டால்? இல்லை. எப்படியும் 11.30 மணிக்குள் விமானத்தில் கிளம்பி விடுவார்கள். மாமா குறிப்பிட்ட சமயம் தவற மாட்டார். இந்த சரஸ்வதி ஒழுங்காக வந்து சேர வேண்டும். சரஸ்வதி! சீக்கிரம் போ! சீக்கிரம்! உல்லாசமாக அவரைப் பார்த்துச் சிரி! மாமா உன்னை அணைத்து அந்த இருவருக்கான சிறிய விமானத்தில் உன்னை உட்கார வைப்பார். பின் பக்கத்தில் இருக்கும் சிறிய இடத்தில் டிரைவர் உங்கள் சாமான்களை வைப்பான்...

மணி 10.30.

கிளம்பி இருப்பார்கள். ஜன்னல்கள் மூடி விட்டு 'கண்ட்ரோல் டவர்' பச்சை விளக்கு காட்ட, த்ராட்டிலை சரேல் என்று முன் தள்ளுவார் மாமா. சீறிச் சுழற்றிக்கொண்டு விமானம் 20 மைல், 30

மைல், 40 மைல், 50 மைல் என்று முன்னே ஓடி வானத்தில் எவ்வியிருக்கும்.

க்ளிக் க்ளிக் க்ளிக் க்ளிக்.

மணி 11.15.

மாமாவின் மடியில் மதறாஸ் பங்களூர் பாதையின் 'ரூட் மேப்' இருக்கும். அதோ தெரிகிறதே இருப்புப் பாதை, அதுதான் பங்களூர் பாதை. அங்கே தெரிகிறதே ஒரு சிறிய குளம், 'மேப்'பில் இதுதான். நாம் பாதையை விட்டு சற்று விலகியிருக் கிறோம் இல்லையா? 272 டிகிரியில் பறக்கலாம். இதுதான் காம்பஸ், பக்கவாட்டு காற்று இருந்தால் நேர் மேற்காகப் பறக்கலாம்...

மணி 11.28.

ஆத்மாவுக்கு இருப்புக் கொள்ளவில்லை. இரண்டு நிமிஷம், இரண்டே நிமிஷம். நாளைக்குப் பேப்பரில் வரும். எப்படி? பெரிதாகவா, சிறிதாகவா? 'வேலூர் அருகில் விமான விபத்து - இருவர் மரணம்' என்றா? இல்லை 'சென்னை லட்சாதிபதியும் ஒரு பெண்ணும் விமானத்தில் நொறுங்கிச் சாவு' என்றா...

மணி 11.29. ஒரு நிமிஷம், அறுபது செகண்டு. இருபது லட்சத்துக்கும் எனக்கும் இடையே அறுபது செகண்ட் இருக் கிறது. எண்ணலாமா?

அறுபது...

ஐம்பத்தொன்பது...

ஐம்பத்தெட்டு...

ஐம்பத்தேழு...

பின்னால் சப்தம் கேட்டது. திடுக்கிட்டுத் திரும்பினான் ஆத்மா. மாமாவின் டிரைவர் நின்று கொண்டிருந்தான்.

'என்ன போய்ச் சேர்ந்தாங்களா?'

'ஆமாம் சார்.'

'சரியான சமயத்திலே புறப்பட்டுட்டாங்களா?'

'ஆமாங்க; 10.30 மணிக்குப் புறப்பட்டாங்க. அந்த அம்மா நிறைய சாமான்கள் கொண்டு வந்திருந்தாங்க. எல்லாத்துக்கும் அந்தச் சின்ன ப்ளேனிலே இடமில்லை. நீங்க கொடுத்த பெட்டியைத் திரும்ப எடுத்துட்டுப் போகச் சொன்னாங்க. இடமில்லை, அப்புறம் நீங்க நாளைக்கு வரும்போது கொண்டு வந்துக்கலாம்னு கொடுத்துட்டாங்க. இதோ உங்க பின்னாலே பெட்டியை வெச்சிருக்கேன். வரேன் சார்.'

அந்தச் செய்தியின் முக்கியத்துவம் ஆத்மாவின் மூளையில் பதிவாக, மூளையிலிருந்து கை கால்களுக்கு, 'ஓடுடா! இந்த இடத்தை விட்டு ஓடு!' என்று தந்தி வருவதற்குள் -

டமால்!

2

சசி காத்திருக்கிறாள்!

ஹெய்லி ரோடும் ஸௌத் எண்ட் ரோடும் சந்திக்கிற இடத்திலிருந்து சற்று தெற்கே அந்தச் சினிமா தியேட்டர் இருந்தது. அதில் ஓர் ஆங்கிலப் படத்தின் விளம்பரமாக பதினாறு அடி உயரத்தில் போஸ்டராக ஸோபியாலாரென் நின்று கொண்டிருந்தாள். அவள் உடம்பில் அதிக உடையில்லை. கர்த்தார்சிங் அவளைப் பார்த்துக்கொண்டே டாக்சி ஓட்டி வந்தான். ஒரு செகண்டின் மயக்கத்தில் அவளது '70 மில்லிமீட்டர் சினிமாஸ்கோப்' சிரிப்பில் கவனம் பதியவே -

தியேட்டர் க்யூவில் சேர அவசரமாகக் கடந்து கொண்டிருந்த அந்த ஆசாமியைக் கவனிக்கத் தவறி விட்டான்.

கவனித்து, மூளைக்குச் செய்தி பதிவாகி, கால்கள் பிரேக்கை மிதிக்க, பிரேக்கின் ஹைட்ராலிக் கோபம் டயர்களுக்குப் பாய்ந்து பிடிக்க, டயர்கள் தேய... லேட்!

அந்தப் பாதசாரி அணிந்திருந்த கண்ணாடி சிதறியது. கையிலிருந்த டிரான்ஸிஸ்டர் சிதறியது. ஒரு செருப்பு சிதறியது. பத்து பைசா நாணயங்கள் சிதறின. டெரிலின் கிழிய நெற்றியில் இடுப்பில் இடது கையில் பற்களில் எங்கும் எங்கும் அடிபட்டு, செங்கல் சிவப்பில் ரத்த வடிவத்தில் வரைந்த மாடர்ன் ஆர்ட் போலக் கிடந்தான் அவன்.

இந்த மாதிரி விபத்தில் கூடுகிற ஜனங்களில் உடனே என்ன செய்வது என்று தெரிந்தவர்கள் மிகச் சிலரே. எதிரே சென்ற கார்கள் தயங்கி நின்றன. சிலர் டிரைவர் கர்த்தார் சிங்கைப்

பிடித்தனர். சிலர் தெறித்த ரத்தச் சிதறல்களில் மனம் சிதறினர். ஹிந்தி, பஞ்சாபி, இங்கிலீஷில் வருத்தப்பட்டனர். டில்லித் தெருக்களில் உள்ள போக்குவரத்து அபாயத்தைப் பற்றி அலசினர்.

ஒருத்தன்தான் புத்தியுடன் எதிரே இருந்த ஹோட்டலுக்குப் போய் ஆம்புலன்ஸுக்கு டெலிபோன் செய்தான். கர்த்தார் சிங்கைச் சிலர் உலுக்கி அடிக்க முற்பட்டார்கள். அவன் கண்களில் பயமும் கண்ணீரும் தெரிந்தன. சிலர் டாக்ஸியைத் தள்ளிச் சேதப்படுத்தினார்கள்.

அந்த ஆசாமிக்கு உயிர் இருந்தது. கடவுள் தயவில் மயக்கத்தில் இருந்தான். உயிர் போய்க்கொண்டிருந்தது. ஆம்புலன்ஸுக்குப் போன் செய்த இளைஞன் மற்றொரு காரியம் செய்தான். அடிபட்டவன் பையிலிருந்த பர்சை எடுத்தான். அதிலிருந்த டயரியில் அடிபட்டவனின் பெயரும் விலாசமும் இருந்தன.

'நான் அழகாக இருக்கிறேன்! சசி தன்னைக் கண்ணாடியில் சற்று வெட்கத்துடன் பார்த்துக் கொண்டாள். அந்த நிலையில் கண்ணாடியில் தன் உடம்பை - தனிமையாயிருப்பினும் - பார்த்துக் கொள்வதில் ஆர்வம் கலந்த வெட்கம். உன் இடுப்பு கொஞ்சம் தடிப்பு என்று கணவன் சொல்லியிருக்கிறான் - பாவாடையை இறுக்கினாள். வலிக்கட்டுமே, வலித்தால் என்ன? உடம்பு இழைய நினைத்ததுபோல் இழைய வேண்டும்? இந்த உடம்பை மெதுவாக அந்தரங்கத்தின் தனிமையில் மேலும் கீழுமாக ஆறடிக் கண்ணாடிப் பிரதிபிம்பத்தில் பார்த்து தன் மீறின நளினங்களை ஆடைகளின் அமைப்புக்களில் அடக்கி...

அவசரமே இல்லை. சினிமாவுக்கு டிக்கெட் வாங்கிக்கொண்டு 5.30க்குத்தான் வருவார். மணி என்ன? 4.30. 'நான் அழகாக இருக்கிறேன். நான் யார் போல இருக்கிறேன்? ஸாய்ரா, ஷர்மிளா, சாதனா' என்று சில சினிமா நடிகைகள் பெயர்களைச் சொல்லிக் கொண்டு 'ம்ஹூம், ம்ஹூம்' என்று தலையாட்டிக் கொண்டாள்.

இன்று அவர்களுக்குக் கல்யாணமாகி ஒரு வருஷம் ஆகிறது. எப்படிப்பட்ட ஒரு வருஷம்? ஒரு வருஷத்தில் எத்தனை புது விதமான அனுபவங்கள். வாசல் திறந்ததும், பாசம் பிறந்ததும், செய்த அறியாமைகளும், மறுப்பும், தொடுவதும், வாழ்வதும், நினைப்பதும், அழுவதும், சிரிப்பதும்! அவர் எப்படிப்பட்ட மனிதர்!

ஒரு வருஷம் எப்படிச் சமாளித்தோம்? கல்யாணமாகி டில்லிக்குக் கிளம்புகையில் எப்படி அழுதேன்? அப்போது அம்மா, 'அழாதே, எப்படியும் ஒரு வருஷத்துக்குள் திரும்பி வரப் போகிறாய் பிரசவத்துக்கு' என்று அப்பட்டமாகச் சமாதானம் சொன்னாள். அதை அவரிடம் சொன்னபோது, 'சசி, நாம் நாகரிக மானவர்கள். உடனே உன்னை அதற்கு உட்படுத்துவதாக உத்தேசமில்லை எனக்கு. முதல் ஒரு வருஷத்துக்காகவாவது என் உத்தரவாதம் உண்டு என்றாரே! இருந்தும்...!

ஸப்தர்ஜங் ஆஸ்பத்திரியில் காஷுவால்டியில் இருந்த நர்ஸ் மேரி அந்த 'டியூட்டி'யை எப்பொழுதும் விரும்பினதில்லை. எவ்வளவு ரத்தம், எவ்வளவு அடிதடி! குடித்த கேஸ், போலீஸ்காரர்கள், ஸ்கூட்டர் ஓட்டிகள், எலி பாஷாணத்தை விழுங்கியவர், வாழ்க்கையின் தீவிரம் தாங்காமல் கெரொஸின் வைத்துத் தம்மை பற்ற வைத்துக் கொண்டவர்கள், மாடியி லிருந்து விழுந்தவர்கள்... எவ்வளவு! 'போதாக்குறைக்கு அந்தப் பஞ்சாபி கற்றுக் குட்டி டாக்டர் என்னை அப்படிப் பார்ப்பது எனக்குப் பிடிக்கவில்லை...'

அப்போதுதான் உள்ளே அவனைக் கொண்டு வந்தார்கள். பார்த்தவுடனேயே மேரிக்கு இது தீவிரமான கேஸ், 'மல்டிபில் எமர்ஜன்ஸி' என்று தெரிந்துவிட்டது. பழகின பாணியில் செய்ய வேண்டிய, அதுவும் விரைவில் செய்ய வேண்டிய காரியங்களை நினைவுபடுத்திக் கொண்டாள். இடுப்பில் ரத்தம்! பெல்விஸ் எலும்பு உடைந்திருக்க வேண்டும். ஏ.டி.எஸ். ரியாக்ஷன் பார்க்க வேண்டுமோ? ஸர்ஜிகல் எமர்ஜன்ஸிக்குப் போன் செய்ய வேண்டும். டாக்டர் துரைக்குப் போன் செய்யவேண்டும். ரத்தம் என்ன க்ரூப் என்று பார்க்க வேண்டும். அவன் கிடக்கும் நிலையில் கொஞ்சம்கூட நம்பிக்கை இருப்பதாகத் தெரிய வில்லை. கூட வந்திருந்த நபரைக் கேட்டாள். 'என்ன ஆயிற்று?'

'இவர் மேல் ஒரு டாக்ஸி ஏறி விட்டது. ஹெயிலி ரோடும் ஸவுத் எண்ட் ரோடும் சந்திக்கும் இடத்தில்...'

'நீங்கள் யார்?'

'நான் அந்தப் பக்கம் போய்க் கொண்டிருந்தேன். நான்தான் ஆம்புலன்ஸுக்குப் போன் பண்ணினேன். இவருடன் வேறு ஒருத்தரும் இல்லை.'

'போலீஸ்காரர்கள் எங்கே?'

'வெளியே இருக்கிறார்கள்.'

'நீங்கள் இவர்கூட இருங்கள். நான் எமர்ஜன்ஸி வார்டுக்குப் போன் பண்ணுகிறேன். சிகரெட் வெளியில்போய் குடிக்க வேண்டும்.'

மேரி மறுபடியும் அடிபட்டவனைப் பார்த்தாள். பொறுக்கிக் கொண்டுதான் வந்திருக்கிறார்கள். எவ்வளவு அடி... எவ்வளவு அடி! ஜீஸஸ்! ஜீஸஸ்!... அப்புறம் அவள் மலையாளத்தில் நிறைய நினைத்துக் கொண்டாள்.

சசி மல்லாந்து படுத்துக்கொண்டு கனவு கண்டு கொண்டிருந் தாள். இன்று - இன்று - என்று தொடர்ச்சியாக எண்ணினாள். போதும். நம்மை நாமே கட்டுப்படுத்திக் கொண்டது, இன்றுடன் போதும். இன்று எங்கள் மண வாழ்க்கையின் ஆகஸ்ட் பதினைந்து. என்ன என்ன செய்யப் போகிறோம்?

அவர் வருவார். வந்தபின்... வந்தபின்... அப்புறம் சினிமா வுக்குக் கிளம்புவோம். ஸோஃபியாலாரென் படம் நன்றாக இருக்கும். சினிமாவைப் பார்க்க விடுவாரா! சினிமாவுக்குப் பிறகு கபானா என்கிற ஹோட்டலில் போய்ச் சாப்பிடப் போகிறோம். தந்தூரி ரொட்டி, வெண்ணெயில் சிக்கன், நான் டபிள் ஸண்டே, அவர் வனில்லா ஐஸ்க்ரீம்.

ரிகார்ட் பிளேயரில் இசை பரவும், மென்மையான இசை. அதன் துடிப்பிற்கு ஏற்ப அவர் சா...சா...சா நடனம் ஆடுவார். நான்...நான்... சேசேசே!

சொட்.

சொட்.

சொட்.

- என்று அவன் உள்ளே ரத்தம் ஏறிக் கொண்டிருந்தது. ஆர்தோபீடிக் ஸர்ஜன் துரை அப்பொழுதுதான் வந்திருந்த நனைந் திருந்த எக்ஸ்ரேக்களைப் பார்த்தார். நெற்றி வியர்வையைத் துடைத்துக் கொண்டார். பக்கத்தில் நின்ற இளைஞனைப் பார்த்து, 'நீ யார்? அடிபட்டவனுக்கு என்ன உறவு?' என்றார்.

'நான் இவனுக்கு உறவில்லை. சினிமா தியேட்டர் அருகில் விபத்து ஏற்பட்டது. இவனுக்கு உதவி செய்தேன். உடன் வந்தேன்' என்றான் அவன்.

'இந்த ஆள் பிழைக்கிறது மிகவும் ரிமோட்; ரொம்ப ரத்தம் சேதமாகி இருக்கிறது. டாக்ஸி எடுத்துக்கொண்டுபோய் வீட்டில் சொல். இவனது உறவினர்களை அழைத்து வா. இதை நீ முன்னமே செய்திருக்க வேண்டும். சீக்கிரம் போ. இவன் பிழைப்பது 60-40 இல்லை; 40-60' என்றார்.

அவன் சென்றதும், அனீஸ்தடிஸ்ட்டைக் கூப்பிட்டார் டாக்டர். நான்கு நர்ஸ்களிடம் எஃபிகார்லின், அட்ரினலின், ஆக்ஸிஜன் ஸிலிண்டர் எல்லாம் இருக்கிறதா என்று சட் சட் என்று கேட்டார். உறைக்குள் கையைப் புகுத்தினார். முகத் திரைக்குள் மறைந்தார். 'உள்ளே கொண்டு வாருங்கள்' என்று இரண்டு கைகளையும் உயரப் பிடித்துக்கொண்டு நடந்தார். 'கடவுள் அவனுக்கு உதவி செய்யட்டும்' என்று நினைத்துக் கொண்டார்.

கவலை என்பது சசிக்கு அப்பொழுதுதான் உதயமாகியது. மணி 7. 6.30க்குப் படம். ஏன் அவர் வரவில்லை?

பஸ் கிடைக்காமல் போயிருக்கலாம். நிற்க மாட்டாரே. பஸ் கிடைக்கவில்லையென்றால் டாக்ஸியோ, ஸ்கூட்டரோ பிடித்து வந்திருப்பாரே. பர்ஸைத் தொலைத்திருப்பார். அப்படித்தான் இருக்க வேண்டும். இருந்தாலும் ஏன் இத்தனை நேரம்? ஒரு வேளை வழியில் ஏதாவது?...சீ!

சீ! அப்படி நினைக்கவே நினைக்காதே. அவர் குறுக்கே கடப்பதில் மிக ஜாக்கிரதை. பதினைந்து நிமிஷம் நின்றாலும் நிற்பார், கடக்க மாட்டார்... ஆபீஸுக்குப் போன் செய்யலாமா?

வந்து விடுவார். வந்து விடுவார். இன்னும் பதினைந்து நிமிஷம் பொறுக்கலாம்...

டாக்டர் துரை கோபத்துடன் கத்தினார். 'இது என்ன ஆஸ்பத்திரியா? காயலான் கடையா? ஆக்ஸிஜன் சிலிண்டரைப் பொருத்தி அமைப்பதற்கு எத்தனை நேரம்?'

அவர் மனத்திற்குள் தெரிந்தது. 'என் முடியாமையை மறைக்க இந்த வெளிப் பொருள்களின் மேல் கோபம் வந்து கத்துகிறேன். இவன் மூச்சு அடங்கிக் கொண்டிருக்கிறது. இவனுடன் உயிர்ப்

போராட்டத்தில் நான் தோற்றுக் கொண்டிருக்கிறேன். கடைசி முயற்சியாக என்ன செய்ய? அட்ரினலினை நேராக இருதயத்துக் குள்ளேயே குத்தலாமா? என்ன ஒரு ஹோப்லஸ் கேஸ்? எவ்வளவு இளைஞன்!'

ஆஸ்பத்திரியின் க்ரோமியம் எனாமல், ஸ்டெய்ன்லஸ் ஸ்டீல், ஸாவ்லான் சுத்தத்தின் மத்தியில், தனிமையில் மகத்தான தனிமையில், அவன் இறந்து போனான்.

சசிக்கு ஒன்றும் புரியவில்லை. அவனுடைய நண்பர் ராம துரைக்குப் போன் செய்யலாம். மாடி வீட்டில் போன் இருக்கிறது. ஆனால் -

மாடி பூட்டியிருந்தது. சசிக்கு வயிற்றில் பயம் பாய்ந்தது. மேலே ஒருவரும் இல்லை. நான் தனியாக இருக்கிறேன். என் கணவரைக் காணோம். அவருக்கு என்ன ஆயிற்று என்று தெரியவில்லை.

யாரோ வருகிறார்கள். சப்தம் கேட்கிறது. காலடி போல்...

இல்லை. குளிக்கும் அறைக்குழாயின் சொட் சொட் அது.

திடப்படுத்திக் கொள் மனதை. ஒன்று இரண்டு எண்ணு.

ஒன்று

இரண்டு

எட்டு - ரத்தச் சொட்டு...

சீ, நிறுத்து சசி, நிறுத்து, நினைப்பதை நிறுத்து.

தூ...ரத்தில் 'சாஹுங்காமே துஜே சாந்த் சவேரா...' என்ற பாட்டு.

சிட்டத்தில் ய் ய் ய் ய் ய் என்று சுவர்ப் பூச்சி சுவர்ப் பூச்சி. சுவர்ப்...

கடவுளே! எனக்கு அவர் மட்டும் வேண்டும். வேறொன்றும் வேண்டாம். சினிமா வேண்டாம். சிக்கன் வேண்டாம். சாப்பாடு வேண்டாம். சுகம் வேண்டாம். பணம் வேண்டாம். அவர் உயிருடன் வேண்டும். அவர்தான் வேண்டும்.

டக்.

டக்.

நிச்சயம் அந்த பூட்ஸ் சப்தம் என்னிடம்தான் வருகிறது. வாசல் அறையில் போய்ப்பார்க்கலாம்.

வெளியே ஒருவரும் இல்லை. வெல்வெட் இருட்டு. நிலவின் பேச்சே இல்லை.

என்னதான் ஆகியிருக்கும்?

மௌனம், பலத்த மௌனம்.

சில யுகங்களுக்குப் பிறகு, அல்லது சில செகண்டுகளுக்குப் பிறகு...

டாக்ஸியிலிருந்து ஓர் ஆண் இறங்கினான். டாக்ஸி டிரைவர் சுற்றி வந்து நெருப்புக் குச்சி கிழித்து மீட்டரைப் பார்த்துக் கொடியை மடக்கினான். டிங்... டிங் என்று மணியடித்தது. பிரயாணி பணம் கொடுத்து விட்டுக் கேட்டைத் திறந்து மெதுவாக அவளை அணுகினான்.

சசி வாசல் விளக்கைப் போட்டாள்.

வெளிச்சமில்லை. பல்ப் ப்யூஸ்.

அவர்தான், அவரா?

'சசி!'

ஆம். அவர்தான். கதவைத் திறக்கலாம். திற தாழ்ப்பாளை.. திற கதவை...

திடுக்கிட்டாள் சசி.

'ஏன் சட்டையெல்லாம் ரத்தம்? என்ன ஆயிற்று? ஐயோ, சொல்லுங்கள். சொல்லுங்கள்.'

'சசி. நான் ஆஸ்பத்திரியிலிருந்து வருகிறேன்... இரு! குறுக்கே பேசாதே. முழுவதும் சொல்லுகிறேன்... நான் சினிமாவுக்கு டிக்கெட் வாங்கப் போனபோது ஒரு விபத்து நேர்ந்து விட்டது. அழாதே சசி. நான் சொல்வதைக் கேள். எனக்கு முன்னால், பாதையைக் குறுக்கே கடந்து கொண்டிருந்தவன் மேல் ஒரு டாக்ஸி ஏறி விட்டது. சரியான அடி. நான்தான் உடனே

ஆம்புலன்ஸுக்குப் போன் செய்தேன். அடிபட்டவனை அழைத்துக்கொண்டு ஸஃப்தர்ஜங் ஆஸ்பத்திரிக்குச் சென்றேன். அவன் விலாசத்தை அறிந்துகொண்டு அவன் வீட்டிற்குச் சென்று அவன் உறவினர்களிடம் தகவல் தெரிவித்துவிட்டு அவர்களை ஆஸ்பத்திரிக்கு அனுப்பிவிட்டு வருகிறேன். அதனால்தான் நேரமாகி விட்டது. சசி, ஒரு ஜீவன் மரணப் போராட்டத்தில் இருக்கும்போது நம் இன்பம்தான் பெரிதா சசி?'

'இல்லை, இல்லை' அவன் மார்பில் சாய்ந்துகொண்டு சசி கேவினாள்.

3

வந்தேன்... பார்த்தேன்... கொன்றேன்!

கீழே கிடந்தவனைப் பார்த்தேன். சரணாகதிபோல் 'எக்ஸ்' வடிவத்தில் கிடந்தான். மண்டையில் அடித்த இடத்தில் சிவப்பு. மெதுவாகக் காயலாமா என்று யோசித்துக் கொண்டிருந்த ரத்த ஈரம். இடது கையில் அடிபட்ட இடத்தில் வெம்பல். இடுப்பு ஓரத்தில்... சே! பார்க்காதே, வேண்டாம். கிளம்பு, கிளம்பு, சீக்கிரம். அப்புறம் யோசிக்கலாம். ஓடு! சப்தமில்லாமல் ஓடு.

சப்தமில்லாமல் பதற்றமாக அந்த மேல் மாடி அறையை விட்டு வெளியே வந்தேன். கைக்குட்டையை எடுத்து நெற்றி வியர்வையைத் துடைத்துக் கொண்டேன். இரண்டு இரண்டு படிகளாகச் சப்தமில்லாமல் ஆனால் வேகமாக இறங்கினேன்.

நான் அதைச் செய்து விட்டேன். நான். ஏ.எஸ். ராஜாராமன். இதுவரை ஓர் உயிருக்கும் துன்பமே நினைக்காத நான், செய்து விட்டேன். நானா செய்தேன்? என்னுள் அடங்கியிருந்து இன்று ஆவேசமாகப் புறப்பட்ட, அந்தப் பூதம் செய்தது. என்னை யாராவது பார்த்தார்களா? சத்தியமாக இல்லை. நான் எவ்வளவு ஜாக்கிரதையுடன் மாடிப்படி ஏறினேன். எவ்வளவு மெதுவாக மேல் மாடியை அடைந்தேன். எவ்வளவு லேசாகத் தட்டினேன்.

மறுபடி தட்டினேன்.

திறந்த கதவில் இருட்டில் தூக்க மயக்கத்தில் ரமணன் தெரிந்தான். விளக்கைப் போட்டான். 'என்ன ராஜா இந்த வேளையில்?' என்று முடிப்பதற்குள் ஒரு மின்னல் போல் என் பலம் முழுவதையும் - என் 165 பவுண்டையும் - ஒரே பிரயோகமாகப் பிரயோகித்து,

அந்த ஹாக்கி மட்டை அவன் நடு மண்டையில் அதிர்ந்தபோது கேட்ட அந்த சப்தம் இதுவரை நான் கேட்காதது.

படிகளை விட்டு இறங்கி தெரு வாசலில் நின்றேன். என்ன அமைதியான இரவு! சற்றுமுன் நிகழ்ந்த அந்தப் பயங்கரத்தை முழுவதும் சாப்பிட்ட இரவு. கூர்க்கா ஒருத்தன் கைத்தடியை தட்டிக்கொண்டு சென்று கொண்டிருந்தான், கொஞ்சம் தயங்கி. அவன் அந்த மூலை திரும்பட்டும்.

நடக்கலாம்.

எவ்வளவு சுலபமாகப் பிராணனை விட்டான். முதல் அடியின் மகா மகா அதிர்ச்சியில் அவன் முகம் குறுகி கண்களில் 'நீயா' என்கிற ஜூலியஸ் சீஸர் ஆச்சரியம் தெரிய, 'அம்மா!' என்பதில் 'ம்' வரை கேட்க, அந்த 'ஆ' சப்தமில்லாமல் காற்றாகத் தப்பிக்க, அவன் தள்ளாடினான். மேலும் மேலும் மேலும் அடித்தேன். எனது இரண்டாயிரம் வோல்ட் ஆத்திரம் அடங்கும்வரை அடித் தேன். அதற்காகவே நான் பிறவி எடுத்ததுபோல் அடித்தேன். என் அன்புள்ள ரமணனே! உன்னை ஏன் கொன்றேன் தெரியுமா? நூறு பிறவி எடுத்தாலும் அந்த மாதிரி நடந்து கொண்டால் ஒவ்வொரு பிறவியிலும் உன்னைக் கொல்வேன். என்னுடைய சட்டப் புத்தகத்தில் நீ செய்ததற்கு உடனடியாக மரண தண்டனை. எனக்கும் உனக்கும் உள்ள விரோதம், நம் இருவருக்கும் மட்டும் தான் தெரிந்தது. அதுதான் இந்தச் செயலின் விசேஷம். இது மனம் சம்பந்தப்பட்ட விரோதம். வேறு ஒருவருக்கும் தெரியாது. என்னை ஒருவராலும் சந்தேகிக்க முடியாது. உனக்கே நான் அதைக் கண்டுபிடித்தது தெரிந்திருக்காது. நீயும் நானும் நண்பர்கள். நாளை நீ இறந்த செய்தி கேட்டதும் விசாரிக்க நானும் அவளும் நிச்சயம் வருவோம். அவள் வருவாளோ என்னவோ, நான் நிச்சயம் வருவேன். அவளுக்குக்கூட என் மேல் சந்தேகம் ஏற்படாது. என்ன அருமை! நான் அன்று உங்கள் இருவரையும் பார்த்தது உனக்கும் தெரியாது. அவளுக்கும் தெரியாது. வீட்டில் நிம்மதியாகத் தூங்குகிறாள். ரமணா! இந்த ரகசியம் எனக்குள்ளேயே இருந்து மடியப் போகிற ரகசியம். நான் முட்டா ளில்லை ரமணா. நான் கோபக்காரன்.

நான் மனிதன், மனிதனுக்கான ஆதார உணர்ச்சிகள் உள்ளவன். ரமணா, இது இந்தியா. அமெரிக்கா இல்லை. இது என் சொந்த ராஜ்யம், சொந்த ஊர், சொந்த வீடு, சொந்த அறை. அதில் நீ

எடுத்துக் கொண்ட சுதந்திரத்திற்கு மரண தண்டனை. ஆம். வாரக் கணக்கில் யோசித்தேன். காத்திருந்தேன். சமயம் வந்தது. நான் வந்தேன், பார்த்தேன், கொன்றேன்.

என்னை ஒருவரும் பார்க்கவில்லை. நான் ஒரு பொருளையும் தொடவில்லை. அங்கே அவள் தூங்கிக் கொண்டிருக்கிறாள் (சன்னமான குறட்டை). நான் மெதுவாக நழுவி மாடிக்குச் சென்று தயாராக மேஜையின் கீழ் வைத்திருந்த ஹாக்கி மட்டையை எடுத்துக்கொண்டு வாசற்கதவைப் பூட்டிக்கொண்டு டாக்ஸி பிடித்து ஒரு பர்லாங் முன்னாலேயே இறங்கிக்கொண்டு இரவில் நிலவில் அமைதியில் உன்னைத் தேடிவந்து சம்ஹாரம் பண்ணி னேன். நீ தனி ஆள். அந்த மேல் மாடி அறையில் எவ்வளவு சுருக்க மாக முடிந்தது! என்னை யார் பார்த்தார்கள்?

பின் ஏன் இப்படி வியர்க்கிறது எனக்கு! ஏன் இப்படிக் கைகள் நடுங்குகின்றன? ஏன் உடம்பில் ஒரு ஜுரம் தெரிகிறது? ஏன்? பயப்படாதே. நீ எதற்காக, யாருக்காகப் பயப்பட வேண்டும்? இந்த நடுக்கம் நேரம் செல்லச் செல்ல அடங்கி விடும். ஏதாவது தப்பு செய்து விட்டேனா? இல்லவே இல்லை. ஒருக்காலும் இல்லை. அச்சம் வேண்டாம். அசைக்க முடியாது என்னை. காரியம் முக்கால் பங்கு முடிந்து விட்டது. திரும்பிச் செல்ல வேண்டும். பூட்டின வீட்டின் கதவைத் திறக்க வேண்டும். மனைவியை எழுப்பாமல் படுக்கையில் படுக்க வேண்டும். நடந்ததை மறக்க வேண்டும். சுலபம், அவ்வளவுதானே!

பின் ஏன் கைகள் இப்படி நடுங்குகின்றன? எனக்கு ஒரு சிகரெட் தேவை. பையில் சிகரெட் இல்லை. இந்த நடுராத்திரியில் எந்தக் கடை திறந்திருக்கும்? என் கை நடுக்கத்துக்கு நிவாரணம் தூக்கம் தான். சீக்கிரமே வீட்டுக்கே நட. வியர்வையைத் துடைத்துக் கொள். ஹாக்கி மட்டையை என்ன செய்யலாம்? வீட்டு வாசலைத் திறந்து உள்ளே செல்லும்போது மனைவி எழுந்து விட்டால், என்னை இந்த வேளையில் கையில் ஹாக்கி மட்டை யுடன் பார்த்தால் சந்தேகம் ஏற்படாதா? நடு வழியில் எங்கே யாவது எறிந்து விடலாமா? அதுவும் கூடாது. அதன் ஓரத்தில் வளைவில் ரத்தம் இருக்கிறது. அதில் என் கை விரல் ரேகை இருக்கிறது. இதை எங்கே எறிந்தாலும் ஆபத்து. வீட்டுக்கு எடுத்துக்கொண்டு செல்லலாம். கதவைத் திறந்ததும் மூலை ஓரத்தில் வைக்கலாம். காலை எழுந்து மறுபடி அதை எடுத்து முன்பிருந்த பழைய பேப்பர் குப்பைகளில் மறைத்து விடலாம்.

எடுத்துக்கொண்டு செல்வதுதான் உசிதம். நிதானமாகச் செல். என் இருதயம் 130 தடவை அடித்துக் கொள்கிறது. உடம்பு பூரா ரத்தத்துடன் பயத்தையும் கலந்து செலுத்துகிறது. மயிர்கள் செங்குத்தாக நிற்கின்றன. எதற்குப் பயப்படுகிறேன்? நான்தான் ஒரு தப்பும் செய்யவில்லையே?

என் வீட்டை அடைந்தேன். வீட்டு வாசலில் ஒரு கார் நின்று கொண்டிருந்தது. குப்பென்று உடம்பு பூரா வியர்த்தது. நின்று விட்டேன். யார்? இந்த சமயம் நம் வீட்டிற்கு யார் வருவார்கள்? நிற்கலாமா போகலாமா?... நில், கவனி. என் வீட்டு விளக்குகள் எரியவில்லை. எதிர் வீட்டில் உள்ளே வெளிச்சம் தெரிந்தது. எதிர் வீட்டுக்குத்தான் வந்திருக்கிறான். இந்த ஓரமாக நிறுத்தியிருக் கிறான். படுபாவி... கார் வந்த சப்தத்தில், கதவை மூடின சப்தத்தில் மனைவி எழுந்திருப்பாளோ? எழுந்து அருகில் என்னைக் காணாமல் பயந்து விழித்துக் கொண்டிருப்பாளோ? நான் இப்போது கதவைத் திறந்தால் எங்கே போயிருந்தீர்கள். எங்கே எங்கே என்று சுபாவப்படி துளைத்து விடுவாளே! படு பாவி! நடுராத்திரியில் என்ன கார்!

ஆனால், அவள் கொஞ்சம் ஆழமாகத் தூங்குகிறவள். இந்த வேளையில் பட்டாசு சத்தம் கேட்டால்கூட எழ மாட்டாள்.

வீட்டை நெருங்கி, சட்டைப் பையிலிருந்த சாவியை எடுத்துப் பூட்டைத் தடவித் திறந்தேன். திறக்கும்போது சாவியின் அமைப்பு லீவர்களில் பதிவதும் அது மெதுவாகத் தள்ளித் திறப்பதும் நாதாங்கி திறப்பதும் ஒவ்வொன்றும் பேரிரைச்சலாக ஒலிப்பதாகத் தோன்றியது.

ஹாக்கி மட்டையை மூலையில் வைத்துக் கதவை உள்ளே தாளிடும்போது அந்த மட்டை சறுக்கியது. விழுந்தது. அந்தச் சப்தம் சற்று பலமாகவே இருந்தது. இடது பக்கம் படுக்கை அறை. அதன் கட்டிலின் ஸ்ப்ரிங் சப்தம் செய்வது கேட்டது. புரள்கிறாள். 'யார்?'

எழுந்து விட்டாள்.

'நான்தான். பாத்ரூம் போயிருந்தேன்.'

'விளக்கைப் போடட்டுமா?'

'இல்லை. நான் வந்து விடுவேன். நீ தூங்கு...'

முதல் தப்பு நிகழ்ந்து விட்டது. என் திட்டத்தில் திரும்பி வரும் போது என் மனைவி எழுந்திருக்கக் கூடாது. எழுப்பி விட்டேன். இது ஒன்றும் முக்கியமானதில்லை. இருந்தும் நாளை இந்தச் செய்தியைக் கேட்டதும் அதையும் என்னையும் சன்னமாக இணைக்கிற சந்தேகத்துக்கு ஆதாரம் அவளுக்குக் கிடைத்து விட்டது. இருந்தால் என்ன? அப்படிப்பட்ட சந்தேகம் அவள் மனத்தில்தான் இருக்க முடியும். கண்களில் சில வேளை தெரியும். ஆனால், வெளியே வார்த்தைகளாக எப்படி வர முடியும்? பயப் படாதே. மிகச் சிறிய தப்பு இது.

படுக்கையில் 'பாண்ட்' சட்டையுடன் அப்படியே படுத்துக் கொண்டேன். மென்மையான வெளிச்சத்தில் பக்கத்தில் இருந்த வளைக் கவனித்தேன். தூங்குகிறாள். எல்லாவற்றிற்கும் காரண மான இவள் என்ன அழகாக இருக்கிறாள். என்ன அழகு!

சரிதான். கண்ணை மூடிக்கொள்ளலாம். தூங்கலாம். அப்போது தான் என் உடம்பின் உஷ்ணம் அடங்கும். கண்ணை மூடினதும் ரமணன் முகம் தெரிந்தது. அந்த இருளில் அவன் முகம் பெரிதாகிப் பெரிதாகி பிரும்மாண்டமான விசுவரூபத்தில் ஆயிரம் ஒலி பெருக்கிகள் மூலம் 'அம்மா!' என்று அலறியது. கண்ணைத் திறந்து கொண்டேன், தூக்கம் வராது.

சட்டப்படி என்னைப் பார்த்தவர் யார்? ஒருவருமில்லை. என் விரல் ரேகைகள் எங்கும் பதியவில்லை. அதிகம் ரத்தமில்லாத சுத்தமான மரணம். நாளை அந்த ஹொக்கி [illegible] சுத்தம் செய்ய வேண்டும்.

நாளை செய்தித் தாள்களில் வரும். 'நகரத்தில் சர்க்கார் ஊழியர் கொலை. போலீஸ்காரர்கள் விசாரித்து வருகிறார்கள்.'

அன்புள்ள போலீஸ்காரர்களே, விசாரியுங்கள். உங்களால் எனக்கும் இதற்கும் தொடர்பே கண்டுபிடிக்க முடியாது. யார் செய்த குற்றம்? ஏ.எஸ். ராஜாராமன் எம்.ஏ. (ஸ்டாட்டிஸ்டிக்ஸ்) செய்த குற்றம். ஏதோ கச்சடா ஆசாமி செய்ததில்லை. நான் விஞ்ஞானி. விஞ்ஞான ரீதியில் செய்த காரியம். மிகக் குறுகிய காலத்தில் மிக அருமையாகச் செய்த சுத்தமான வேலை. மேலும் மேலும் அடிக்கிறபோது எனக்கு அந்தக் கொடுமையில் சந்தோஷம் இருந்தது. இராக் காலத்தில் மென்பனியில் நான் செய்த காரியம். ஒரு காவியம். ஒரு தப்பு கிடையாது. வெளி உலகத்துக்கு அவன் என் நண்பன். அந்தச் சந்தேகங்கள், மனத்தின்

சந்தேகங்கள், வெளிச்சத்துக்கு வராது. நான், நான் கடவுள்! நினைத்தவனை அழித்தேன்.

பின் ஏன் பயப்படுகிறாய்? ஏன் உன் நெற்றியில், உடல் எங்கும் வியர்வை, ஈரம்? 'பாண்ட்' பைக்குள் கையை விட்டுக் கைக் குட்டையை எடுக்க...

பர்ஸ்?

எங்கே என் பர்ஸ்? எங்கே? எங்கே?

ஜெட் விமானத்தில் இஞ்சின் சப்தம் போல பயம் அணுகியது. உடம்பு அதிர்ந்தது. எங்கே என் பர்ஸ். அவசரப்படாதே. யோசி, யோசி. நடுங்காதே. மேஜை விளக்கைப் போட்டேன். கட்டிலின் கீழ் தேடினேன். இல்லை.

விளக்கை அணைத்தேன். பர்ஸ்! கொண்டு போனாயா? கொண்டு போனேன். டாக்சிக்குப் பணம் கொடுத்தேனே? டாக்சியில் விழுந்திருக்குமா? இருக்காது. வெளியே வந்துதானே பணம் கொடுத்தேன்! ரமணன் வீட்டுக்கு நடந்து போனாயே அப்போது? அப்போது? அப்போதுகூட விழ 'சான்ஸ்' கிடையாது.

படி ஏறினபோது? ம்ஹூம்.

கதவைத் தட்டினபோது? திறந்தபோது? கொன்றபோது? ம்ஹூம். வெளியே வந்து...

அறையைவிட்டு வெளியே வந்தேன். வியர்வையைத் துடைத்துக் கொள்ள கைக்குட்டையை எடுத்தேன். உடன் பர்ஸும் விழுந் திருக்க வேண்டும்.

ராஜாராமா, நீ அரோகரா, பர்சில் உன் விலாசம் இருக்கிறது. உன் பெயர், உன் டெலிபோன் நம்பர், உன் போட்டோ, சர்வமும் இருக்கிறது. அந்த மேல் மாடியில் அந்த அறை வாசலில் இருக் கிறது. உள்ளே ரமணன் கிடக்கிறான். சத்தியமாக நீ காலி.

என்ன செய்வது? மணி என்ன? (4.30 என்று ரேடியம் அறிவித்தது) மறுபடி அங்கே போய்த்தான் ஆக வேண்டும். ஆபத்து இருந் தாலும் போய்த்தான் ஆக வேண்டும். இன்னும் இரவு இருக் கிறது. இன்னும் இருட்டு இருக்கிறது. இன்னும் அந்த மாடிப் படிகளின் பொது வாசல் திறந்திருக்கிறது. இன்னும் பர்ஸ்

அங்கேயே கிடக்கிறது. கிளம்பு. ஓடு. இரண்டரை மைல் தூர மிருக்கிறது. பொழுது விடிவதற்குள் ஓடு.

செருப்பை மாட்டிக் கொள்ளாமல் வீட்டைப் பூட்டாமல் கிளம்பி ஓடினேன். எல்லாம் தப்பு. நான் செய்ததே தப்பு. என்ன வேடிக்கை. தப்பான திக்கில் ஓடிக் கொண்டிருக்கிறேன். நான் ஓட வேண்டியது ரமணனை விட்டு. இப்போது அவனை நோக்கி ஓடுகிறேன். அவன் இறந்த பின்னும் என்னைக் காந்தம்போல் கவர்கிறான். ரமணா, என்னை அழைக்கிறாயா, வருகிறேன். நான் வருவது என் சாதனையின் ஓர் ஓரத்தில் ஏற்பட்ட மருவை திருத்துவதற்கு. 'உன் ரிகர் மார்டி'ஸைத் தரிசிப்பதற்கு அல்ல. உன் வலையில் அவ்வளவு சுலபமாக சிக்க மாட்டேன்.

மூலை திரும்பினேன். ரமணன் வீட்டை நெருங்கியபோது நம்பிக்கைக் குடை சாய்ந்து கவிழ்ந்தது.

மேல் மாடியில் விளக்கு எரிந்து கொண்டிருந்தது. முதல் மாடி. வீடுகள் இரண்டில் மாடிப்படி வாயிலில் எங்கும் விளக்கு வெளிச்சம். ஒரு மாடி வீட்டின் ஜன்னல் ஓரத்தில் ஒருவன் டெலி போன் செய்து கொண்டிருந்தான். வாசலில் இருவர் நின்று கொண்டு பால்காரனுடன் பேசிக் கொண்டிருந்தார்கள். பால்காரன் தான் பார்த்திருக்க வேண்டும், பாவி.

எனக்கு என்ன செய்வது என்றும் புரியவில்லை. இங்கே என்னை யாரும் பார்க்கக் கூடாது. நிற்காதே. ஓடு. வீட்டுக்குப்போய்த் தூங்கு. காலை எழுந்ததும் சொல்ல வேண்டிய பொய்களைப் பற்றி யோசிக்கலாம். ஓடு.

வீட்டுக்கு வந்து படுக்கையில் மறுபடி விழுந்தபோது மணி 5.30. தூக்கம் வருமா? கண்ணை மூடினால் ரமணன் முகம். எதிரொலி யுடன் அந்த 'அம்மா'. உடைந்த மண்டையில் உறைந்த ரத்தம். செஷன்ஸ் கோர்ட். ஆயிரம் பேர்கள் துரத்துகிறார்கள். எல்லோரும் கையில் ஒரு பர்ஸ் வைத்துக் கொண்டு. இரைக்க இரைக்க ஓடு கிறேன். கதவைத் தாளிட்டுக் கொள்கிறேன். துரத்தி வந்தவர்கள் வாசற் கதவை இடிக்கிறார்கள். விசையை அமுக்குகிறார்கள்.

டிர்ர்ர்ர்ரிங்க்.

விழித்துக்கொண்டு விட்டேன், கனவிலிருந்து.

மனைவி எழுந்து விட்டாள். 'யாரோ வாசலில் கூப்பிடுகிறார்கள். போய்ப் பாருங்களேன்.'

கனவிலா, நனவிலா என்று தெரியாமல் நடந்து சென்று கதவைத் திறந்தேன்.

இரண்டு போலீஸ்காரர்கள் வாட்டசாட்டமாக நின்று கொண்டிருந்தனர். ஒருவன் கையில் பர்ஸ் இருந்தது. 'நீங்கள்தானே ஏ.எஸ். ராஜாராமன்? இந்தப் பர்ஸ் உங்களுடையதா பாருங்கள்.'

அவன் கையிலிருந்து என் ப்ளாஸ்டிக் யமனையும், வாயிலை மறைத்துக்கொண்டு சுத்தமான உடையணிந்து நிற்கும் போலீஸின் சாமர்த்தியத்தையும் பார்த்ததும் என் சக்தியும் பொய் சொல்லும் திறமையும் வடிந்துபோய், மடிந்துபோய் என்னுள் ஏதோ ஒன்று விட்டுக்கொடுத்தது. 'நான்தான்! நான்தான்! நான்தான் ஏ.எஸ். ராஜாராமன். நான்தான் ரமணனைக் கொன்றேன். நான்தான். இதோ பாருங்கள், இந்த ஹாக்கி மட்டையை உபயோகித்தேன். அவன் மண்டையைப் பிளந்தேன். ஒரே அடி. சுத்தமான அடி! அடேயப்பா, எவ்வளவு புத்திசாலிகள் நீங்கள்! பர்சைப் பார்த்து விலாசம் தெரிந்து கொண்டு வந்து விட்டீர்கள். வாப்பா ஜேம்ஸ் பாண்ட்! துப்பறியும் சிங்கங்கள்! மெடல் கொடுக்க வேண்டும்! பத்ம பூஷண்! ஐ ஹியர்பை கன்ஃபர் ஆன் யூ... ஹா ஹா... ராத்திரி... சுமார் மூணு மணி இருக்கும்...'

போலீஸ் ஸ்டேஷனில் சப் இன்ஸ்பெக்டரிடம் போலீஸ்காரர் கூறினார்:

'வழியில் கிடந்த ஒரு பர்ஸை ஒரு அப்பாவிக் கூலியாள் விடிகாலையில் கொண்டுவந்து இங்கே தந்தாரில்லையா? அதை உரியவரிடம் சேர்த்து விடலாம் என்று இவரிடம் போனேன். இந்தக் கேஸ் அகப்பட்டது!'

4

புதுடெல்லி - 618271

பணம் சம்பாதிக்க நிறைய வழிகள் உண்டு. ஆனால், என் குருநாதர் சிதம்பரம் சொல்லிக் கொடுத்த வழி எல்லாவற்றிலும் வினோதமானது. குருநாதர் என்றால் தாடி வைத்த சாது அல்ல. பரம யோக்கியர். புதுடெல்லியில் நான் வந்து இறங்கினபோது, கையில் ஒரு நயா பைசா இல்லை. மன்னிக்கவும். நான் வந்து இறங்கினதும் புது டெல்லியில் இல்லை. டிக்கெட் இல்லை என்று நிஜாமுதீன் ஜங்ஷனிலேயே இறக்கி விட்டார்கள். அங்கிருந்து 12 கிலோ மீட்டர் நடந்து இந்தியாவின் தலை நகரத்தை அடைந்தேன். எதற்கு? பிழைக்க.

அழகழகான கட்டிடங்களும், கார்களும், நியான் விளக்கு நாகரிகம் நிறைந்த கடைத் தெருக்களும் பரவிய இந்த நகரத்தைச் சுற்று சுற்று என்று சுற்றினேன்.

யோக்கியமாகப் பிழைக்க வேலை கிடைக்கவில்லை. அயோக்கிய மாகப் பிழைக்கத் தொழில் தெரியாது. ஓர் அமெச்சூர் முயற்சியாகப் பிச்சை எடுக்க ஆரம்பித்தேன். ஒரு நயாபைசா கிடைக்கவில்லை. பசி மயக்கம். தலை சுற்ற விழுந்தேன். என்னைச் சுற்றி ஒரே கும்பல். கூட்டத்தை விலக்கி என்னைக் காப்பாற்றினார் சிதம்பரம். என் பரம குரு.

என் கரத்தைப் பிடித்து ஞானோபதேசம் செய்தார். ‘தொழில் தெரியாமல் இதில் இறங்காதே. உன்னைப் பார்க்கப் பரிதாபமாக இருக்கிறது. பிழைக்க வழி செய்கிறேன் வா’ என்று என்னைப் புதுடில்லி ரயில் நிலையத்துக்கு அழைத்துச் சென்றார்.

மேம்பாலம் வழியாக ரயில் பாதைகளைக் கடந்து நிலையத்தின் கோடியில் நின்றோம். 'இதோ பார்! இந்த ஸ்டேஷனில் ஒரு நாளைக்கு முப்பது வண்டிகளாவது வந்து சேருகின்றன. ஒவ்வொன்றும் கல்கத்தா, மதறாஸ், பம்பாய் என்று பலவித இடங்களிலிருந்தும் வருகின்றன. இப்போது வருவது 'கிராண்ட் ட்ரங்க் எக்ஸ்பிரஸ்' பார்த்துக்கொண்டே இரு.'

வண்டி களைப்புடன் வந்து நின்றதும் சிவப்புச் சொக்காய் போர்ட்டர்கள், அதன் மேல் பரிவாரமாகப் படை எடுத்தார்கள். குருநாதர் என்னை வண்டியின் மறுபுறம் அழைத்துச் சென்றார். ஒவ்வொரு பெட்டியாக நுழைந்து என்னைப் பிரயாணிகள் சாதாரணமாக விட்டுச் செல்லும் செய்தித் தாள்கள், புத்தகங்கள் இவைகளைப் பொறுக்கச் சொன்னார். ஒவ்வொரு பெட்டியாக நுழைந்து பேப்பர் திரட்டிக்கொண்டே வந்தோம். கடைசி வண்டி வரை வந்ததும் ஓர் எட்டணா பேப்பராவது சேர்ந்திருக்கும்.

'இம்மாதிரி இருபத்தைந்து வண்டிகள் வரும். எல்லாப் பேப்பரை யும் சேர்த்தால் சில நாள் ஐந்து ரூபாய் கூடக் கிடைக்கும். எப்படி?' மகிழ்ச்சியில் என் கண்களில் நீர் வர 'நீங்கள் ஒரு பெரிய மேதை!' என்றேன்.

'மிக வேகமாக வேலை செய்ய வேண்டும். ஒரு கோணி தயார் செய்து கொள். போர்ட்டர்களிடம் சண்டை போடாதே. ஒதுங்கிக் கொள். டிக்கட் பரிசோதகர்களிடம் வம்பு வேண்டாம். பிளாட் பாரம் டிக்கெட் வாங்கிக்கொள். எப்போதும் அதைக் காட்டித் தப்பித்துக் கொள்ளலாம். பிச்சை எடுக்காமல் பிழைக்க இது ஒரு வழி. ஒரு மாதம் கழித்து என்னை வந்து பார்.'

நான் 'ஆகா நீங்கள் இந்த அறுபத்து மூன்றாம் வருட ஏசுநாதர். நடமாடும் மோகன்தாஸ் காந்தி' என்றேன் உணர்ச்சி வரப்பட்டு.

'இல்லை. நானும் உன்போல் ஒன்றும் தெரியாமல்தான் புதுடில்லி யில் வந்து இறங்கினேன். வயிற்று பசியில் அறிவு கூர்மையாகி இந்த ஐடியா தோன்றியது. இந்தப் பேப்பர் பொறுக்குகிற தொழிலைத்தான் ஐந்து ஆறு மாதம் செய்தேன். பிறகு செக்ர டேரியட் ஆபீஸுக்கு எடுப்புச் சாப்பாடு. பிறகு, 'எதை எடுத்தாலும் சாடே சார் அணா'. பிறகு பேப்பர் வியாபாரம், பிறகு ஒரு வெற்றிலை பாக்குக் கடை. இப்போது அதில்தான் ஸ்திரமாக ஒரு வருடமாக இருக்கிறேன். குருத்வாரா ரோடில் - சிதம்பரம் பான்

ஷாப். 'ஆல்வேஸ் ஸ்மோக் நார்த் போல்' என்று போர்டு போட்டிருக்கும். அதுதான் என் கடை. வந்து என்னைப் பிறகு பார். பிச்சை மட்டும் எடுக்காதே. நான் இத்தனை கஷ்டப்படும் ஒரு தடவைகூடப் பிச்சை எடுத்தது இல்லை. அது உதவாது. என்ன வரட்டுமா?'

'ஆகா, நீங்கள் 1963ஆம் வருட ஏசுநா...'

'அதை முன்னாலேயே சொல்லி விட்டாயே...' என்று சொல்லிக் கிளம்பி விட்டார் என் பரமகுரு.

சில தினங்களில் நான் இந்தச் செய்தித்தாள் திரட்டும் தொழிலில் முன்னேறி விட்டேன். முறைப்பான போர்ட்டர்களுக்குச் சாயா வாங்கிக் கொடுத்து, டிக்கட் பரிசோதகர்களுக்கு சலாம் போட்டு, ஏன் கேட்கிறீர்கள்? பிரயாணிகள், கையிலிருந்தே பத்திரிகை களைப் பறிக்கும் (லாகவமாக) அளவுக்குத் தைரியமும் 'வித்வத்'தும் ஏற்பட்டு விட்டது. இப்போது நான் போட்டிருக்கும் சட்டை என் சொந்த சம்பாத்தியத்தில் - பிச்சை புகாமல் பேப்பர் விற்றுக் கிட்டிய பணத்தில் வாங்கினது. வாழ்க செய்தித் தாள்களைப் பிரசுரிப்பவர்கள்! வாழ்க, அதைப் பிரயாண அலுப்பில் கட்டுக் கட்டாக வாங்கும் பிரயாணிகள்!

என் குருநாதர் சிதம்பரத்தை மறுபடி ஒரு நாள் சந்தித்தேன். கிராண்ட் டிராங்க் எக்ஸ்பிரசுக்கு நேரமாகி விட்டது. அவசர அவசரமாக ஓடிக் கொண்டிருந்தேன். குருநாதர் எதிரே வந்தார். 'எப்படி இருக்கிறது தொழில்?' என்றார்.

'ஆகா, உங்கள் புண்ணியத்தில் மிக மிக அருமையாக நடக்கிறது. இப்பொழுதுகூட ஸ்டேஷனுக்குத்தான் செல்கிறேன்' என்றேன்.

'நானும் கூட வரட்டுமா, உனக்கு உதவியாக... எனக்குக் கடை விடுமுறை இன்று.'

'ஆகா, உங்களுக்கில்லாமலா?' என்றேன்.

எக்ஸ்பிரஸ் வந்து சேர்ந்து விட்டது. முக்கால்வாசிக் கூட்டம் நாங்கள் போவதற்குள் கலைந்து விட்டது. குருநாதர் 'நான் முதல் வண்டியிலிருந்து ஆரம்பிக்கிறேன், நீ கடைசி வண்டியிலிருந்து ஆரம்பி' என்றார்.

நான் கடைசி வண்டிப் பக்கம் ஓடினேன். நான் முதலில் நுழைந்தது ஒரு முதல் வகுப்புப் பெட்டி. வண்டி வந்து நேரமாகி

விட்டதால் காலியாக இருந்தது. அறை அறையாகத் தனியாக ஒதுக்கப்பட்ட புது மாதிரிப் பெட்டி அது. இடது பக்கம் பொது வழி, வலது பக்கம் அறைகள். ஒவ்வோர் அறையாகப் பார்த்துக் கொண்டே வந்தேன். பேப்பர் கிடைக்கவில்லை. ஓர் அறை சாத்தி இருந்தது. அதைத் திறப்பது சற்றுக் கஷ்டமாக இருந்தது. பலமாக அழுத்தித் திறந்தேன். உள்ளே இருளாக இருந்தது. கீழே செய்தித் தாள்கள் கிடந்தன. அவற்றை எடுத்...

கீழ் ஸீட்டில் ஒருவர் படுத்திருந்தார். அறை மூடியிருந்ததால் போர்ட்டர்கள் கவனிக்காமல் போயிருப்பார்கள். இன்னும் தூங்குகிறார் போலிருக்கிறது என்று எண்ணி, 'ஸார்...ஸார்' என்று கூப்பிட்டேன். பதில் இல்லை. அவரைத் தட்டினேன். உடம்பு சில்லென்று இருந்தது. மயக்கமோ அல்லது ஒரு வேளை... அவர் மார்பின் மேல் கை வைத்தேன். அந்த ஒரு நிமிஷம் என்னுள் கொஞ்சம் மிஞ்சியிருக்கும் மனிதத் தன்மைக்கும், குண்டாக இருந்த அந்தக் கறுப்புப் பர்ஸின் கவர்ச்சிக்கும் போராட்டம் நடந்தது.

யோக்கியமாகப் பிழைப்பு நடத்துவதற்கும் பேராசைக்கும் நடந்த போராட்டம் அது. ஒரு பக்கம் சண்டை. பின்னது எளிதில் வென்றது. அவர் பையிலிருந்த பர்ஸை எடுத்து மறைத்துக் கொண்டு எதிர்ப்புறம் இறங்கி, இருப்புப் பாதைகளைத் தாண்டி ஓடினேன்.

டில்லியில் அப்பொழுது குளிர்காலம். எனக்கு வியர்த்தது. குருநாதர் சிதம்பரம் ஞாபகம் வந்தது. அவர் கண்ணில் படக் கூடாது. அவருக்குப் பொய் புரட்டு பேராசை பிடிக்காது. பாலத் தின் மேல் எதிர்ப்புறம் செல்லும் ஜனத் திரளில் மறைந்தேன்.

அந்தப் பர்ஸில் 87 ரூபாய் 62 நயாபைசா இருந்தது. மற்றும் ஒரு சாவிக் கொத்து, ஓர் இளம் பெண்ணின் புகைப்படம், எழுதப் பட்ட காகிதம், அச்சடித்த விலாசங்கள், மதராஸ் தியேட்டர் ஒன்றின் டிக்கெட்டின் பாதி. இவைகள் இருந்தன.

87 ரூபாய் ஒரு அசிங்கமான தொகை. நிறையவும் இல்லை, குறையவும் இல்லை. முதல் போட்டு ஒரு சிறிய கடை லோடி காலனியில் ஆரம்பிக்கலாமா என்றால் பணம் போதாது. தீர்மானமாக அதைத் தாராளமாகச் செலவு செய்து விடுவது என்ற முடிவிற்கு வந்தேன். அவ்வளவுதான். இதுநாள்வரை எனக்கு

எட்டாமல் இருந்த இந்த நகரத்தின் சௌகரியங்களில் திளைக்க ஆரம்பித்தேன்.

மேற்கத்திய சங்கீதத்தை அனுபவித்தவாறே, 'வோல்கா' ரெஸ்டாரண்டில் பைன் ஆப்பிள் கேக்கிலிருந்து ஆரம்பித்து கபாப் வரை வெட்டினேன். வயிறு முட்டச் சாப்பாட்டு. 2.50 கொடுத்து 70 மில்லி மீட்டர் தியேட்டர்களில் படங்கள், 'தில் ஏக் மந்திர்', 'கம் செப்டம்பர்.' அப்புறம் சில பருகக்கூடாத பானங்கள். சொல்லக்கூடாத இடங்கள். சொல்லக்கூடாத செயல்கள். 72 மணி நேரத்தில் என்னிடம் பாக்கி இருந்தது 5 நயா பைசா. அதை ஒரு தமிழ் பேசும் பிச்சைக்காரனுக்குக் கொடுத்து மறுபடி ஸைபரி லிருந்து ஆரம்பித்தேன்.

சத்தியமாக இந்தச் செயலுக்கு வருத்தப்பட்டேன். இந்த மூன்று நாள் வாழ்வில் எனக்கு மிஞ்சியது ஒருவகை வயிற்று வலியும், உடம்பு அலுப்பும்தான். அடுத்த வேளைச் சாப்பாட்டுக்குப் புதுடில்லி எக்ஸ்பிரஸ்கள் இருக்கவே இருக்கின்றன.

என் குருநாதர் சிதம்பரத்தை மறுபடி நான் சில தினங்களில் பார்த்த போது சரேல் என்று ஒரு ஸர்தார்ஜி ஓட்டலில் போய் மறைந்து கொண்டேன். அவருக்கு இந்த விஷயம் தெரிந்திருக்காது. இருந்தாலும் அவர் நடந்து வரும்போது என் மனச்சாட்சி நடந்து வருவதுபோல்தான் தோன்றியது. மனச்சாட்சி என்றால் எனக்குச் சில தினங்களாகச் சற்றுப் பயம்.

அவர் என்னைப் பார்த்து விட்டார். நழுவப் பார்த்தேன். அந்த ஓட்டல் வாசலிலேயே மடக்கி விட்டார். சட்டைக் காலரைப் பிடித்தார். 'எங்கே பணம்?' என்றார்.

'என்ன பணம் சார்?' என்றேன் பலவீனமாக.

'அன்றைக்கு அந்த ஆள் வண்டியில் படுத்திருந்தாரே. அவரிட மிருந்து எடுத்தாயே, அந்தப் பணம்?'

'எனக்குத் தெரி...'

'யாது' என்று சொல்லி முடிப்பதற்குள் முகத்தில் அறைந்தார். என் கண்ணுக்குள் நட்சத்திரப் பொறிகள் தெரிந்தன.

'அடிக்காதீர்கள் ஐயா, அந்தப் பணத்தை எடுத்தேன், அது உண்மை. ஆனால், நான்...'

'எல்லாவற்றையும் செலவழித்து விட்டாய், அதுதானே?'

'ஆமாங்க ஸார்.'

என் சட்டைக் காலரை ஓர் இறுக்கு இறுக்கிவிட்டு விட்டார். கையைத் தட்டிக் கொண்டார். சொன்னார்: 'அதிர்ஷ்டம் கெட்ட பயல்டா நீ. அந்தப் பர்ஸில் எவ்வளவு பணம் இருந்தது? ஐம்பதா நூறா?'

'தொண்ணூறு ரூபாய்.'

'இதை நாலைந்து நாளில் செலவழித்துவிட்டு இப்போது மறுபடி பேப்பர் பொறுக்கிக் கொண்டிருக்கிறாய். அப்படித்தானே?'

நான் தலையசைத்தேன்.

'என்ன செலவு செய்தாய்?'

'அதில் ஐம்பதை என் தங்கைக்கு அனுப்பினேன்.'

'பொய்!'

'பாக்கி நாற்பதைச் சீட்டுக் கட்டி இருக்கிறேன்!'

'மறுபடி பொய். நீ என்ன செய்திருப்பாய் தெரியுமா? வாங்கித் தின்றிருப்பாய், சினிமா போயிருப்பாய், அப்புறம் சாந்தினி சவுக் பக்கம் பாக்கியைக் கோட்டை விட்டிருப்பாய்...'

நான் மௌனமாக இருந்தேன். அவர் சொன்னது உண்மையாதலால்.

'டேய்! அதிர்ஷ்டம் என்கிற அழகான தேவதை உன்னை வாவா என்று கூப்பிட்டு அணைத்துக்கொள்ள வரும்போது நீ அதை ஏதோ பிக்பாக்கெட் அடிக்க வந்த ஆசாமிபோல் உதறித் தள்ளி யிருக்கிறாய். அன்றைக்கு நானும் உன்னுடன் பேப்பர் பொறுக்க வந்தேனே தெரியுமா? ஞாபகம் இருக்கிறதா... நீ போனது எனக்குத் தெரியாது. நானும் அந்தப் பெட்டியில் நுழைந்தேன். அந்த ஆள் மயக்கமாகப் படுத்திருந்ததைப் பார்த்தேன். அவருக்கு உடனே உதவி செய்தேன். மயக்கம் தெளியும்வரை உடனிருந்து, அவர் வீட்டில் கொண்டு விட்டேன். அவர் இந்த ஊரில் பெரிய மனிதர். அந்தஸ்து உள்ளவர். இம்மாதிரி மயக்கம் அவருக்கு அடிக்கடி வருமாம். என் செய்கைக்காக இருநூறு ரூபாய்

கொடுத்தார், அமெரிக்க எம்பஸியில் ஸ்திரமாக ஒரு சிறிய வேலை வாங்கிக் கொடுத்தார். உம் அந்தப் பர்ஸ் இருக்கிறதா, இல்லை, போட்டு விட்டாயா?'

'இருக்கிறது ஸார்' என்று பையிலிருந்து எடுத்துக் கொடுத்தேன்.

அதைத் திறந்து சிதம்பரம் பரிசோதித்தார். 'இந்தப் புகைப்படம் இறந்துபோன அவர் பெண்ணுடையதாம். மிக அவசியம் இது வேண்டும் என்றார். அப்புறம் இந்தக் காகிதத்தில் என்ன எழுதியிருக்கிறது. படித்துப் பார்.'

பர்ஸில் இருந்த அந்தக் காகிதத்தை என்னிடம் நீட்டினார். இந்தி, பெங்காலி, ஆங்கிலம், தமிழ் இந்த நான்கு மொழிகளிலும் அதில் எழுதியிருந்தது. தமிழில்-

'என்னை மயக்க நிலையில் நீங்கள் பார்த்தீர்களானால் உடனே தாமதம் செய்யாமல் கீழ்க்கண்ட டெலிபோன் இலக்கங்களில் இருக்கும் நபர்களுக்குத் தெரிவித்தால் நான் மிகவும் கடமைப் பட்டவன் ஆவேன். ரூ. 200வரை சன்மானமும் பெறலாம்.

கல்கத்தாவின் 5 3 1 2 8 டாக்டர் சென்.

புதுடில்லி 6 1 8 2 7 1 டாக்டர் மிட்டல். சென்னை 9 8 4 5 3 2.

எனக்குக் கண்களை இருட்டியது.

5

மன்னிக்கவும்,
இது கதையின் ஆரம்பமல்ல

'டிட்டோ' என்றேன்.

காப்பி வந்தது, அதில் சர்க்கரை வில்லைகளை என்னால் போட முடியவில்லை. கை நடுக்கம்.

'இயல்பாக இருங்கள்... நீங்கள் அமெச்சூர் நாடகங்களில் நடிப்பீர்கள் இல்லையா?' என்றாள்.

'குற்றவாளி!' என்று கையைத் தூக்கினேன்.

'நான் பார்த்திருக்கிறேன்.'

'நன்றி, உன் பெயர் என்ன?'

'பெயர் முக்கியமா? நான் ஒரு பெண். உங்களை நான் அழைத்ததற்கு ஒரு சுயநலமான காரணம் இருக்கிறது. என்னை நீங்கள் விரும்புகிறீர்கள் இல்லையா?'

'ரொம்ப அப்பட்டமான கேள்வி.'

'அன்பரே! நீங்கள் என் கடிதத்தைப் படித்துவிட்டு என்னை நாடித் தியேட்டருக்கு வந்தது, தெற்கு வியட்நாம் பற்றிப் பேசவோ அல்லது என்னுடன் சேர்ந்து அல்ஜீப்ரா படிக்கவோ இல்லை யென்று நினைக்கிறேன். என்ன?'

நான் பதில் சொல்லவில்லை.

'உங்கள் எதிரே நான் உட்கார்ந்திருக்கிறேன். உங்களுக்கும் எனக்கும் இரண்டரை அடி தூரம் இருக்கிறது. இந்தத் தூரம் குறைய உங்களுக்கு ஆசையாக இல்லையா?' என்றாள்.

'.....................'

'பதில் சொல்லுங்களேன்.'

'ஆம்.'

'நான் இப்போது 15ஏ, ஹனுமான் ரோடிற்குச் செல்லப் போகிறேன். அங்கே வந்து என்னைச் சந்திக்கிறீர்களா?'

'எனக்குப் புரியவில்லை. நான் உன்னுடனேயே வரலாமே.'

'அது முடியாது. அதற்கு முன் ஒரு நிபந்தனை. உங்களைப்போல் எனக்கு நாடகப் பித்து உண்டு. நீங்கள் நடிப்பதைப் பார்க்கும் போதெல்லாம், என் வாழ்க்கைச் சிக்கலைத் தீர்க்கக் கூடியவர் நீங்கள்தான் என்று தோன்றும்...'

'சிக்கலா! எனக்கு அது விளக்கெண்ணெய்.'

'இது ரொம்ப வினோதமான, சுவாரசியமான, சோகமான சிக்கல்.' சில தாள்களை அவள் எடுத்துத் தந்தாள். ஃபர்ப்யூம் மணம் வீசும் நீலத் தாள்கள்.

'என்ன இது?' என்றேன்.

'நம் வாழ்க்கையில் சில சமயம் ஒரே மாதிரி சம்பவம் திரும்பத் திரும்ப நிகழ்கிறது மாதிரி தோன்றுவதுண்டு, இல்லையா. என் அண்ணனுக்கு அந்த அனுபவம் அடிக்கடி வருகிறதாம். எது நடந்தாலும் முன்பே ஒரு தரம் நடந்ததுதான் மறுபடி நடக்கிறது என்ற எண்ணம் உண்டாகிறதாம் அவனுக்கு.'

'அண்ணனா? எங்கே அவன்?'

'மூன்று மாதமாகிறது காணாமல் போய்.'

'ஏன்?'

'இந்தக் காகிதங்களில்தான் அதற்கு விடை இருக்கிறது. இதெல் லாம் அவன் எழுதியவை, அவன் வாழ்க்கையில் நடந்ததாம்.' 'முடி வில்லாமல் திரும்பத் திரும்ப இது வருகிறது. இதை முடித்து

வைத்துவிட்டு, தினசரிப் பத்திரிகையில் ஒரு அறிவிப்பு கொடு. நான் வருகிறேன்' என்று சொல்லிவிட்டுப் போய் விட்டான்.'

'நான் என்ன செய்ய வேண்டும்?'

'நீங்கள் நடிகர். கற்பனையுள்ளவர். இதற்கு ஒரு முடிவைச் சொல்லுங்கள். என் பிரிய சகோதரனை நான் திரும்ப அடையத் தயவு பண்ணி உதவுங்கள்.'

'அழாதே. இப்போதே படிக்கிறேன்.'

'படியுங்கள். நான் போகிறேன். அங்கே காத்திருக்கிறேன் - 15ஏ, ஹனுமான் ரோட்டில். உங்களுக்காக அங்கே காத்திருக்கிறேன். நிதானமாக இங்கேயே படியுங்கள். படித்து விட்டு யோசியுங்கள். யோசித்து விட்டு என்னிடம் வாருங்கள். சரியா?'

'சரி.'

'ஞாபகம் இருக்கட்டும். நான் உங்களையே நம்பியிருக்கிறேன். என் அண்ணனை நான் பிரிந்திருக்க முடியாது. சரியாகப் படியுங்கள். நான் நிறையக் கேள்விகள் கேட்பேன்.'

அந்தக் காகிதங்களை நான் அடுக்கினேன். துவக்கத்தைக் கவனித் தேன். புது விதமாக இருந்தது. 'ஆரம்பமே அலாதியாக இருக்கிறது' என்று சொல்லி நிமிர்ந்தேன். அவளைக் காணவில்லை.

அந்த விநோதமான துவக்கம் என்னை ஈர்த்தது. அன்புள்ள வாசகரே, நீங்கள் இதைப் படிப்பதற்கு முன்னால் ஒரு விஷயம். இதைப் படிக்காதீர்கள். இது ஒரு மாயச் சுழல். இதில் அகப் பட்டுக்கொண்டு நான் இதுவரை தப்பவில்லை. முதலிலேயே எச்சரிக்கையாகச் சொல்லி விட்டேன், விலகுங்கள்.

இன்னும் படித்துக் கொண்டிருக்கிறீர்களே? ஒரு தடவை சொன் னால் உங்களுக்குத் தெரியாது? ஏன் இந்தப் பிடிவாதம்? படிக்கா தீர்கள். ஐந்து எண்ணப் போகிறேன். பார்க்கலாம். 5 4 3 2 1...

ஹலோ! இன்னமும் என்னுடனேயே இருக்கிறீர்களே! சரி, உங்கள் விதி இது. எப்பொழுதோ நிர்ணயித்த அமைப்பின்படி நமக்கு - உங்களுக்கும் எனக்கும் - நடக்கிறது. அதனால்தான் நாம் இருவரும் இங்கே அகப்பட்டுக் கொண்டிருக்கிறோம்.

நாம் இருவரும்.

என்னைத் தெரியாது உங்களுக்கு. சொல்கிறேன். நான் டில்லி வாசி. இளைஞன். எப்படிப்பட்ட இளைஞன்? அந்த வியாழக் கிழமை காலை எனக்கு வந்த கடிதத்தைப் பார்த்து விட்டு அளவிலாத ஆனந்தம் அடைந்த இளைஞன்.

அப்படி என்ன கடிதம்? 'ரொம்ப அந்தரங்கம்' என்று விலாசத்துக்கு மேல் எழுதி, சிவப்பில் அடிக்கோடிட்ட கடிதம். ஒரு பெண்ணின் வட்ட வட்டமான கையெழுத்து. எனக்கு அதற்கு முன் பரிச்சய மில்லாத அழகான, மிக அழகான மேற்படி. கிழித்துப் பிரித்துப் படித்தேன்.

சிவமயம் கிடையாது. தேதி கிடையாது. விலாசம் கிடையாது. 'டியர்' கிடையாது. அன்பரே கிடையாது. நேராக அம்பு போன்ற வாசகங்கள்.

> 'உங்களைத் தினம் காலையில் ஜன்னல் வழியாகப் பார்க்கிறேன். எந்த ஜன்னல், எந்த வீடு என்பது உங்களுக்குத் தெரியாது. உங்களுடன் பேச எனக்கு விருப்பம். உங்கள் முகத்தின் கவர்ச்சியும், கலைந்த தலையின் கவர்ச்சியும், கண்களில் தெரியும் குறும்பும் எனக்கு இதை எழுதும் தைரியத்தைத் தருகின்றன. சத்தியமாக நான் உங்களைக்....
>
> நான் இதுவரை எழுதிய 'சம்மதமிருந்தால்' என்னைச் சந்திக்க உங்களுக்கு ஆவலிருந்தால், தயவு செய்து 26ஆம் தேதி மாலை 5.30க்கு பாரகம்பா ரோடும் கனாட் வெளி வட்டமும் சந்திக்கும் இடத்திற்கு அருகில் உள்ள பஸ் ஸ்டாண்டில் காத்திருங்கள். நான் உங்களைச் சந்திக்க கட்டாயம் வருகிறேன்.
>
> உங்களுக்கு என் அன்பு ×××
>
> பி.கு: நான் சற்று உயரமான பெண். ராத்திரி நீலத்தில் ஸாரியும் அதே நீலத்தில் சோளியும் அணிந்திருப்பேன். தலையில் ஒரு ரோஜா வைத்திருப்பேன்.'

கடிதத்தைப் படித்ததும் நான் குதித்தேன் என்பது மிகையாகாது. படித்ததும் எனக்கு ஏற்பட்ட உணர்ச்சிகள் வார்த்தைகளாகாது. நான் ஒன்றும் பெரிய பால் நியூமன் இல்லை. சுமாரான முகம் தான். இந்தச் சுமாரில் மோகம்கொண்டு அவ்வளவு தைரியமாகக்

கடிதம் எழுதுகிறாள் என்றால் அவளுக்கு மிகவும் தனிப்பட்ட ரசனை இருக்க வேண்டும். அதுவும் எப்படிப்பட்ட கடிதம்! 'நான் உங்களைக்...' என்று கோடிட்டிருப்பதற்கு என்ன அர்த்தம்! கடிக்கப் போகிறேன் என்றா? இல்லை. அப்புறம் அந்த ××× ? அது என் மனத்தில் தோற்றுவித்த அது என்ன வார்த்தை?

தேதி என்ன? 25. நாளை அவளைச் சந்திக்க வேண்டும். டெரிலின் களைத் துவைத்தேன். பாண்டை ட்ரைக்ளீன் செய்தேன். அந்த நவீன சலூனுக்கு (007 லைசென்ஸ்ட் டு கட்) சென்று தலை வெட்டிக் கொண்டேன். நடை பழகினேன். பூட்ஸுக்கு முகம் தெரியப் பாலிஷ் கொடுத்தேன். நீங்கள் எப்பொழுதாவது ஒரு பஸ் நிலையத்தில் மாலை வேளையில் கருநீல ஸாரியும் தலையில் ஒற்றை ரோஜாவும் அணிந்த பெண்ணுக்காக, முன்பின் தெரியாத பெண்ணுக்காக, காத்திருந்திருக்கிறீர்களா? கஷ்டமான வேலை. ஏன் சொல்கிறேன், பஸ் ஸ்டாண்ட். ஜனங்கள் வரும் இடம். பிச்சைக்காரர்கள், பட்டன் விற்பவர்கள், ஆண்கள் பெண்கள் எவ்வளவு பேர்! இதில் இந்தக் கருநீலத்தைத் தேடுவது எனக்குக் கடினமாக இருந்தது. அன்றைக்கென்னவோ ரொம்பப் பேர் பிடிவாதமாகக் கருநீலத்தில் புடைவை கட்டிக்கொண்டு எனக்கு முன் மிதந்தார்கள். மேலும் ராத்திரி நீலம் என்பது என்ன வர்ணம்? நாகப் பழ வர்ணமா? அதுவே எனக்குச் சரிவரத் தெரியவில்லை. முன் சொன்னபடி நிறையப் பெண்கள் பிடிவாதமாகக் கருநீலம் அணிந்திருந்தார்கள். ஒற்றை ரோஜா அணிந்திருந்தவர்களிடம் புடைவை நிறமில்லை. இரண்டும் இருந்த ஒருத்தி வந்தாள். வயது 50க்கு மேலிருக்கும்.

37 நிமிடத்தில் டில்லிப் பெண்கள் உடையணியும் பாணியைப் பற்றி 5 பக்க வியாசம் எழுதும் அளவுக்கு என் அனுபவம் பெருகி யிருந்தது. அவளைக் காணோம்.

என் அருகில் மற்றோர் இளைஞன் நின்று கொண்டிருந்தான். அவனும் தலை வாரிக் கொண்டிருந்தான். அவனும் டெரிலின் அணிந்துகொண்டு போகிற வருகிற பெண்களை எல்லாம் உற்றுப் பார்த்துக் கொண்டிருந்தான். என் அருகே வந்து வாயில் சிகரெட் பொருத்திக்கொண்டு தீ கேட்டான்.

நான் பைக்குள்ளிருந்து 'லைட்'டரை எடுத்து அவன் முகத்தின் முன் க்ளிக்கினேன்.

அந்த இளைஞன் என்னையே பார்த்தான். பார்த்துச் சிரித்தான்.

‘எத்தனை நேரம் காத்திருக்கிறீர்கள்?’

‘அரை மணியாக.’

‘பஸ்ஸுக்கா?’

‘இல்லை, வரப் போகிற ஒரு நண்பருக்காக.’

‘நான் சற்று முன்தான் வந்தேன். இங்கே ஒரு பெண் வந்தாளா? பார்த்தீர்களா? கருநீலத்தில் ஸாரியும் தலையில் ரோஜாவும் அணிந்த உயரமான பெண்.’

எனக்கு அதிர்ச்சியாக இருந்தது.

‘இல்லை, இதுவரை வரவில்லை. நீங்கள்...’

- என்று சொல்லி முடிப்பதற்குள் எதிரே அவள் வருவதைப் பார்த்தேன். ஒரு 75 அடி தூரத்தில். சத்தியமாக அழகான பெண். சுருங்கச் சொன்னால் தேவதை. இன்னும் சுருங்கச் சொன்னால் வாவ்! இரட்டைச் சுற்றாகச் சற்று உடம்போடு ஒட்டி அந்தக் கருநீலத்தைக் கட்டியிருந்தாள். உடல் நிறம் ஸாரிக்கு நேர் எதிர். எப்படிப்பட்ட அழகு! எதிரே போகும் இளைஞர்களை, ‘டிஸ் ஆர்மமெண்ட்’ பற்றித் தீவிரமாக பேசிக் கொண்டு செல்லும் இளைஞர்களை, தடுத்து நிறுத்தி ஏற இறங்க விசிலடிக்க வைக்கும் அழகு.

சிகரெட் இளைஞன் கடந்து சென்று எதிரில் வந்தவளைச் சந்தித்தான். அவன் அவனைப் பார்த்துச் சிரித்தாள். பேசினாள். அவன் ஆள்காட்டி விரலை வாயில் வைத்து, சீழ்க்கையடித்து டாக்ஸி வரவழைத்து அதில் ஏறிக் கொண்டான். சென்றார்கள்.

நான் எப்படி உணர்ந்தேன்? ‘நித்த நித்தம் பொய்யடா பேசும் மாதர் சகவாசம் விட்டு உய்யடா உய்யடா உய்!’ என்று ரோஷ மாகப் பாடிய பட்டினத்தார் போல்.

என்னை இப்படி ஏமாறுவதில் அவளுக்கு என்ன சந்தோஷம்? நான் ஓர் அப்பாவி! சாதாரண ஆசாமி. ஏன் என்னைத் தேர்ந் தெடுத்து வரவழைத்து இப்படிப் புத்தியைக் காட்ட வேண்டும்?

ஏன் என்பதற்குப் பதில் மறு நாளைக்கு மறுநாள் கிடைத்தது.

ஒரு கடிதம் வந்தது.

'ரொம்ப ரொம்ப ரொம்ப ரொம்ப ஸாரி! அன்று உங்களுக்கு என் மேல் அளவில்லாத கோபம் வந்திருக்கும். 1. நான் லேட்டாக வந்தேன். 2. உங்களை நான் சந்திக்க ஆவலாக வந்து கொண்டிருந்தபோது எதிர்பாராத விதமாக என் தம்பி வந்து விட்டான். நான் உங்களைச் சந்திக்கப் போவது என் தம்பிக்குத் தெரியக்கூடாது. அவன் ஒரு மாதிரி.

இந்தத் தடவை நிச்சயம் உங்களை ஏமாற்ற மாட்டேன். தயவு செய்து திங்கள் கிழமை இரவுக் காட்சிக்கு ஓடியன் தியேட்டருக்கு வாருங்கள். உடன் டிக்கெட் வைத்திருக்கிறேன். ஸீட் நம்பர் ஜி-18. ஜி-17ல் நான் காத்திருப்பேன்.

பி.கு: *பழைய படம். கூட்டமிருக்காது.*

பி.பி.கு: *சமர்த்தாயிருங்கள்.'*

நான் இதைப் படித்ததும் புதிதாகப் பிறந்தேன். எவ்வளவு சுலப மாக அவளைச் சந்தேகித்து விட்டேன்! கண்ணே, ஆஃப்லேட் என் கனவுகளில் வரும் கன்னி நீ என்னை மன்னி. உன்னைப் பார்க்க ஓடியனுக்கு என்ன, கம்போடியாவுக்குக்கூட வருகிறேன்.

தியேட்டரில் கூட்டமில்லை. 9.30க்கு காட்சி துப்பாக்கி - குதிரை - சிவப்பு இந்தியர்கள் படம். முடிவெட்டுத் தேவையுள்ள சில இளைஞர்கள் சிகரெட் பிடிக்கப் பழகிக் கொண்டிருந்தார்கள். கட்டம் கட்டமாகச் சட்டை அணிந்த ஓர் இளைஞனின் முதுகு தெரிந்தது. ஐஸ் க்ரீம் சப்பிக்கொண்டே திரும்பினான். மன்னிக் கவும். அது ஒரு பெண். பார்க்குமிடமெல்லாம் ஒளி பரப்பும் 'மார்க்கி'. சதீஷ் குஜராலின் நவீன ஓவியங்களை, ஏதோ நாய் கொண்டுவந்து போட்ட வஸ்துவைப்போல் பார்த்துக் கொண்டிருந்தார் ஒரு பெரியவர். அந்தக் கூட்டத்தில் அவள் இல்லை. மாடியில் ஜி-18ல் போய் உட்கார்ந்தேன். ஜி-17 காலியாக இருந்தது. ஏன், ஜீ-16, 15, 14, 13 அந்த வரிசையே காலி. மேலும் ஏ, பி, ஸி, டி, ஈ, எஃப் எல்லா வரிசைகளும் காலி. ஓரத்தில் சாஸ்திரத்துக்கு ஒரு சர்தார்ஜி உட்கார்ந்தான். அவன் என்னைப் பார்த்தது எனக்குப் பிடிக்கவில்லை.

ஸாடின் திரையைத் தூக்கினார்கள். அவள் வரவில்லை. அசௌகரியமான நாட்களில் ஏதோ சாப்பிடுங்கள் என்று ஒரு

பெண் சிரித்தாள். அவள் வரவில்லை. பன்னிரண்டு பையன்கள் ஸ்நானம் செய்துவிட்டுக் கார்பாலிக் சோப் உபயோகிக்கச் சொன்னார்கள். அவள் வரவில்லை. டினு மினு மின் என்று ஸிதார் வாசித்து விட்டு 3 சிங்கம் காட்டிவிட்டு, குடும்பக் கட்டுப்பாடு பற்றி டாகுமெண்டரி காட்டினார்கள். அவள் வரவில்லை. டாம் அண்ட் ஜெர்ரி கார்ட்டூன், ம்ஹூம், ட்ரெய்லர்கள்... இடை வேளை, திரை விழுந்தது. அவள் வரவில்லை.

நான் என் பெயரைச் சொல்லிக்கொண்டு, 'உன்னைப்போல் ஒரு முட்டாள் இருக்க முடியாது. ஒரு தடவை ஏமாந்தாய். இன்று மறுபடி ஏமாறப் போகிறாய். உன் பக்கத்தில் வந்து உட்காரப் போவது அந்தப் பெண் இல்லை. வயசான ஆசாமி ஒருத்தர் வரப் போகிறார். யாரோ தெரிந்தவர்கள் இப்படி விளையாடுகிறார்கள் உன்னிடம். நீயும் பாவ்லாவின் நாய்போல விதிப்படி நடக்கிறாய்!' என நினைத்தேன்.

விளக்கு அணைந்து 'மெயின்' படம் தொடங்கியது. தொடங்கி ஒரு நிமிஷம்தான் இருக்கும். என் பக்கத்து ஸீட்டில் டார்ச் ஒளி வட்டம் விழுந்தது. என் நரம்புகளை ரவிசங்கர் வாசிப்பதுபோல் உணர்ந்தேன். காரணம்:

திரையின் மெல்லிய வெளிச்சத்தில் அவள் என்னை நோக்கி மிதந்து வந்து கொண்டிருந்தாள். படிப்படியாக வரிசை வரிசையாக மேலேறி என்னை அணுகிக் கொண்டிருந்தாள். ஏ-பி-ஸி-டி-இ-எஃப்-ஜி. 1-2-3 4 5-6-7-8-9-10-11-12-13-14-15-யூடிகோலான் வாசனை - 16 - புடைவையின் சரசரப்பு, 17-என் அருகில் அவள்!

'ஸோ ஸாரி. ரொம்ப லேட் இல்லையா நான்?'

'பழவாயிழ்மை' எனக்குத் தன்னிலைக்கு வரக் கொஞ்சம் தாமத மாயிற்று. அத்தனை அழகு. அத்தனை நெருக்கத்தில் இருப்பதற்கு நான் தயாராயில்லை (உண்ணா விரதம் இருந்தவனுக்கு முதலில் ஆரஞ்ச் ஜூஸ் கொடுக்க வேண்டும். பாம்பே ஸ்பெஷல் மீல்ஸ் கூடாது).

'முதலிலே உங்களிடத்தில் ஒன்று சொல்ல வேண்டும். நான் வலிய உங்களுக்குக் கடிதம் எழுதி உங்களை வரவழைத்து, அறிமுகமில்லாமல் நேராக உங்களிடத்தில் பேச ஆரம்பிப்பதை வித்தியாசமாக நீங்கள் எடுத்துக் கொள்ளக்கூடாது...' என்றாள்.

மேலும் சொன்னாள்.

'நான் திரிபவள் இல்லை. உயர்தரக் குடும்பம்தான். உங்களை இப்படி அழைத்ததற்குக் காரணம் இருக்கிறது. என்னைப் பற்றி நீங்கள் மேலே தெரிந்து கொள்வதற்குள் நான் சில கேள்விகள் உங்களைக் கேட்கப் போகிறேன். பை த வே உங்களுக்குச் சினிமா பார்க்க வேண்டுமா?'

'சே! அதை யார் பார்த்துக் கொண்டிருக்கிறார்கள்? நீங்கள்தான் மகத்தான காட்சியாக இருக்கிறீர்களே! கேளுங்கள்.'

'என்னை நீ என்று கூப்பிடலாம்.'

'நீ.'

'தட்ஸ் பெட்டர். சரி, கேள்வி ஒன்று: உங்களுக்குக் கல்யாணமாகி விட்டதா?'

'சத்தியமாக இல்லை.'

'வார்த்தைகள் விரயம் செய்யாதீர்கள். இல்லை என்று சொன்னால் போதும். உங்களுக்குப் பிடித்தமான ஆங்கில எழுத்தாளர் யார்?'

'ஹென்றி ஸ்லெஸார்.'

'கேள்விப்பட்டதில்லை. ஸாலிஞ்சர் படித்திருக்கிறீர்களா?'

'திருவடிகளே சரணம்! பெரிய ஆள்.'

'செக்ஸ் பற்றி என்ன நினைக்கிறீர்கள்?'

'எல்லாம் புத்தக அறிவு.'

'தெற்கு வியட்நாம் பற்றி?'

'வடக்கு வியட்நாமிற்குத் தெற்கே இருக்கிறது என்று நினைக்கிறேன்.'

'கம்யூனிஸம் பற்றி?'

'கேட்டுக்கொண்டே போகிறீர்களே? நான் உங்களை ஒன்று...'

'உன்னை...'

'எஸ். உன்னை ஒன்று கேட்க வேண்டும். நீ யார்? ஏதாவது திகிலழகியா? உனக்குக் கால்கள் தரையில் பாவுமா?'

'என்னைப் பற்றிப் பிறகு சொல்கிறேன். அவசரப்படாதீர்கள்... குடும்பக் கட்டுப்பாடு பற்றி என்ன கருத்து?'

'டாக்டர் லூப்வதியே சரணம்!'

'உங்களை எனக்குப் பிடிக்கிறது.'

'உன்னை எனக்கு டிட்டோ. பிடிக்கிறது என்பதில் மேலும் நாலு 'க்' சேர்த்துக் கொள்ளவும். உன் பெயர்?'

'கிளம்பி விடலாமா? ஏதாவது ரெஸ்டாரண்டில் போய் ஏதாவது லைட்டாகச் சாப்பிடலாமே. படம் போர் அடிக்கிறதே!'

கதாநாயகன் குதிரை மீதிலிருந்து விழுந்து கொண்டிருக்கும் போது தியேட்டரை விட்டு வெளியே வந்து நடந்தோம். என்னைப் பொறுத்தவரை மிதந்தேன். அந்த ராத்திரியை என்னால் நம்ப முடியவில்லை. ஃப்ளாரஸெண்ட் வெளிச்சத்தில் அவள் இந்த உலகத்துப் பெண்போல் தெரியவில்லை.

எதிர் எதிரே உட்கார்ந்தோம். 'ஒரு பைன் ஆப்பிள் கேக். ஒரு எஸ்பிரஸ்ஸோ காப்பி எனக்கு' என்றாள். 'உங்களுக்கு?'

(இனி இந்தக் கதையை முதல் வரிக்குத் திரும்பச் சென்று படிக்கவும்).

6

ஒரு திறந்த கடிதம்

டியர்!

வேறு எந்த விதத்திலும் இந்தக் கடிதத்தை ஆரம்பிக்கத் தோன்ற வில்லை எனக்கு. 'அன்புள்ள கணவருக்கு என்றோ, 'அன்பரே' என்றோ, 'நமஸ்காரம்' என்றோ துவங்குவதில் அழுத்தமோ, அன்போ இல்லை என்றுபடுகிறது.

நீங்கள் ஊருக்குப் போயிருப்பது என்னவோ ஒரு வாரத்திற்குத் தான். இருந்தும் இந்தக் கடிதத்தை எழுதுகிறேன். இதில் ஒரு கட்டாயம் இருக்கிறது. தவிர்க்க முடியாத ஒரு தன்மை இருக் கிறது. உங்களிடம் நேராகச் சொல்ல முடியாத, ஆனால், கடிதத் தில் ஓரளவு தைரியத்தோடு சொல்லக்கூடிய சில விஷயங்கள் இருக்கின்றன. என் மனத்தில் சில நாட்களாக இருக்கும் பயங் களும், சந்தேகங்களும் இன்று வார்த்தை ரூபம் பெறப் போகின் றன, முதல் தடவையாக.

நீங்கள் என் அன்புக் கணவர்; செல்லக் கணவர்; (க்கன்னா ச்சன்னா பிழைகளைத் தயவுசெய்து மன்னிக்கவும்). எனக்காக அவதரித்த, என்னை ஆட்கொண்ட என் தெய்வம். இருந்தும் நீங்கள் செய்யும் சில காரியங்கள் எனக்குப் பிடிக்கவில்லை. அவற்றை உங்களுக்கு எதிரில் சொல்ல எனக்குத் தைரியம் வரவில்லை. நீங்கள் எதிரில் இருந்தால் எனக்கு ஏற்படும் பலவீனமும், எல்லாவற்றையும் மறக்க வைக்கக்கூடிய உங்கள் கவர்ச்சியான பேச்சும், சிரிப்பும், சேஷ்டைகளும், தீவிர ஆண்மையும் என்னை மௌனியாக்கி விடுகின்றன. இப்பொழுது, இந்த இரவின் தனிமையில், நீங்கள்

இல்லாத நிலையில் காகிதத்தில் என்னால் பேச முடிகிறது; பேசுகிறேன்...

'இந்த வீடுதானே?' என்றான் ஆத்மா.

'ஆமாம்' என்றான் சிதம்பரம்.

'சரியாகப் பார்!'

'ஆமாம்; 18-ஏ, இதுதான்! முதல் மாடி; இடது பக்கத்து வீடு!'

'விளக்கு எரிகிறதே?'

'விளக்கு அணைக்கப்படட்டும்; காத்திருக்கலாம்...'

முன்பு நான் சொன்னபடி, சில நாட்களாக என் மனத்தின் அடியில் ஓர் அச்சம் இருந்து வருகிறது. நீங்கள் செய்த, செய்யும் சில காரியங்கள் அந்த அச்சத்தை வலியுறுத்துகின்றன. என்னை நீங்கள் ஏன் கலியாணம் செய்து கொண்டீர்கள்? இந்தக் கேள்விக்கு ஒரே ஒரு பதிலை மட்டும் என் மனம் ஏற்க மறுத்தாலும், திரும்பத் திரும்ப அந்தப் பதில் என் மனத்தில் தோன்றி என்னை உறுத்துகிறது. அந்தப் பதில்தான் உண்மையாக இருக்குமோ என்கிற பயம் என் உள்ள மெல்லாம் பரவுகிறது. என்னிடம் ஏகப்பட்ட நகைகள் இருக் கின்றன. எனக்குச் சொந்தமாக ஏகப்பட்ட சொத்து இருக்கிறது. உங்களிடமோ பணம் இல்லை. இந்த வசதி வித்தியாசத்துக்காகச் செய்து கொண்ட கலியாணமா இது? அப்படியும் தோன்ற வில்லையே? என் பிறந்த வீட்டுச் சொத்தைத் தொடவும் மறுக்கிறீர் களே... மறுக்கிறீர்களா, காத்திருக்கிறீர்களா?

டியர்! இதுதான் என் முதல் பயம்... ஆதாரமில்லாத பயமில்லை இது; சொல்கிறேன்.

இந்தக் கடிதம் என் மனம் திறந்த கடிதம். என்னதான் அற்ப விஷயங்களாக இருந்தாலும் அவை எல்லாவற்றையும் சொல்லத் தான் போகிறேன். நான் ஒன்றும் அத்தனை அழகில்லை! நீங்கள் எத்தனையோ அழகிய பெண்களை உங்கள் தொழில் ரீதியில் பார்த்திருப்பீர்கள்... அவர்களில் யாரையேனும் விரும்புகிறீர் களா? இந்தக் கேள்வியை நான் கேட்பதற்குக் காரணம் தெருவில் நடக்கும்போது நீங்கள் என்னுடன் நடப்பதில்லை! ஒரு பத்தடி முன்னாலேயே நடக்கிறீர்கள்! வெளியுலகத்துக்கு நம் உறவைச்

சொல்லிக்கொள்ள உங்களுக்கு வெட்கமா, தயக்கமா?... சில சமயம் எதிரே செல்லும் அழகான பெண்களை நீங்கள் அப்பட்ட மாகப் பார்க்கும் விதமும், அப்பொழுது உங்கள் கண்ணில் தோன்றும் வெளிச்சமும் உங்களைக் காட்டிக் கொடுக்கின்றன என்று நான் நினைக்கிறேன்.

'என்னப்பா இன்னும் விளக்கு எரிகிறது? என்ன செய்கிறாள் என்று பார்?'

'இந்த மரத்தடியிலிருந்து பார்த்தால் சரியாகத் தெரியவில்லை; ஏதோ எழுதுகிறாள்போல் தெரிகிறது!'

'என்ன செய்யலாம்?'

'இன்னும் கொஞ்ச நேரம் காத்திருக்கத்தான் வேண்டும். அதற்குள் எப்படி மேலே ஏறுவது என்று யோசிக்கலாம்!'

'ட்ரெயின் பைப் தெரிகிறது பார். இடது பக்கம் அதன் மேல் சரசரவென்று ஏறி, பால்கனிவரை போய்விடலாம். காலில் என்ன செருப்பா?'

'இல்லை கான்வாஸ் ஷு!'

சென்ற தடவை பம்பாய் போவதாகச் சொன்னீர்கள். அகஸ்மாத் தாக உங்கள் நண்பர் ராமதுரையின் மனைவியை நான் 'சூப்பர் மார்க்கெட்'டில் சந்திக்க நேர்ந்தபோது அவர் உங்களை இங்கேயே முதல் தினம் பார்த்ததாகச் சொன்னார். அதைக் கேட்ட தும் எனக்குத் 'திக்'கென்றது. என்னிடமிருந்து நீங்கள் எதையோ மறைக்கிறீர்கள்! அது எது என்று தெரியாதவரை அந்தப் பயம் என் மனத்தை உறுத்திக் கொண்டுதான் இருக்கும்.

அந்தப் பயம் என்ன பயம் என்பதைச் சொல்ல எனக்கு வார்த்தைகள் கிடைக்கவில்லை. அதற்குக் கொஞ்சம்கூட ஆதாரம் இல்லை என்று நீங்கள் அடிக்கடி சொன்னாலும் பாழும் மனம் என்னை மறுபடி மறுபடி பயப்படும்படி ஆணையிடுகிறது. அதற்கு ஏற்ப நீங்களும் விசித்திரமாக நடந்து கொள்கிறீர்கள்.

நீங்கள் என்னை இறுக்க்க அணைக்கும்போது, அந்த அந்தரங்க சந்தோஷத்தின் கடைசி ஓரத்தில் அந்தப் பயம் லேசாக

வருகிறது... ரொம்ப இறுக்க்குகிறாரே, ஒருவேளை இப்படி இறுக்கியே நம்மை மூச்சுத் திணற வைக்கப் போகிறாரோ என்று. அது மட்டுமல்ல. இப்படி அணைத்தே என்னை அணைத்து விடப் போகிறீர்கள் என்றுகூட நான் பயப்படுகிறேன்.

டியர்! நான் ஒரு பைத்தியம்; என் பைத்தியம் உங்கள் மேல். உங்களை என்னுடையவராக, எனக்கே சொந்தமாக வாரிசாக... இல்லை, அதை அடித்து விடுகிறேன்... என்னுடைய பிரத்தியேக ரத்தினமாகக்கொள்ள எனக்கு ஆசை. ஆனால்...

சென்ற 17-ந் தேதி நீங்கள் ஏன் அப்படிச் செய்தீர்கள். எனக்குப் புரியவில்லை. அதை மறுபடி சொல்ல மனமும் துணிய வில்லை. சில வேளைகளில் நீங்கள் என்னிடம் காட்டும் அலட்சியமும், தினக்கணக்கில் என்னிடம் பேசாமல் இருப்பதும் அப்படிப் பேசினால், 'ம்', 'ம்ஹூம்' என்ற ஒற்றை எழுத்துக்களாகவே பேசுவதும் ஏன் என்றே எனக்குத் தெரிய வில்லை...

'என்னப்பா, இது? இன்னும் அவள் எழுதுகிறாளா, என்ன?'

'அப்படித்தான் தெரிகிறது!'

'சரி, இன்னும் ஐந்து நிமிஷம் பார்க்கலாம்; அப்பொழுதும் விளக்கு எரிந்தால் ப்ளானைக் கொஞ்சம் மாற்றிக்கொள்ள வேண்டியதுதான்! என்ன!'

'ஓ.கே. நீதானே பாஸ்...?'

'அதெல்லாம் இல்லை. அந்த ஐயாயிரத்தைச் சரி பாதியாகப் பிரித்துக் கொள்ளப் போகிறோம். மாட்டிக் கொண்டாலும் இரண்டு பேரும் மாட்டிக்கொள்வோம். முழுக்க முழுக்க பார்ட்னர்ஷிப்!'

சில வேளைகளில் நான் ஒரே அன்பு வெள்ளமாக, பிரவாகமாக, என்னை மறந்து, என் நிலையை மறந்து, நான் நானாக, சுத்தமாக நானாக, எல்லா வெட்கங்களையும், எல்லா ஆணவங்களையும் உதறி எறிந்துவிட்டு உங்களுக்காகத் துடிப்புடன் காத்துக் கொண்டிருக்கும்போது நீங்கள் என்ன செய்கிறீர்கள்?... வரு கிறீர்கள்; பால் சாப்பிடுகிறீர்கள்; எல்லாம் தெரிந்தும் டெலிபோன் டைரக்டரியைப் புரட்டுகிறீர்கள்; கொட்டாவி விடுகிறீர்கள்.

தூங்குகிறீர்கள்!... எதற்காக இந்த அருமையான சித்திரவதை! எதற்காக இந்த அபூர்வமான சாகசங்கள்? எனக்கென்னவோ இந்த லேசான துன்புறுத்தல்கள் மூலம் நீங்கள் சந்தோஷம் அடைவதாகத் தோன்றுகிறது...

அவர்கள் இருவரும் பதட்டப்பட்டார்கள்.

'ஐந்து நிமிஷம் ஆகிவிட்டது. என்ன செய்யலாம்?' என்றான் சிதம்பரம்.

'சொல்கிறேன், கேள். முதலில் நான் ஏறுகிறேன். ஜன்னல் திறந்திருக்கிறது பார்! அதன் இடது பக்கத்தில் 'லைட் ஸ்விட்ச்' இருக்கிறது என்று சொல்லியிருக்கிறார்... நீ எனக்குப் பின்னாலேயே ஏறி வா! நான் பால்கனிக்கு அருகே பதுங்கிக் கொண்டு, அதன் கதவைக் கையிலுள்ள டார்ச்சால் மெல்லத் தட்டுகிறேன். அவள் வந்து கதவைத் திறப்பாள், என்ன சத்தம் என்று பார்க்க. திறந்ததும் நீ அப்படியே பாய்ந்து அவள் வாயையும் மூக்கையும் பொத்து! இதை நீ 'ஸ்ட்ராங்'காகச் செய்ய வேண்டும். சத்தம் வெளியே வரக்கூடாது. நீ அவள் வாயையும் மூக்கையும் பொத்தியதும் நான் விளக்கை அணைத்து விடுகிறேன். நீ அவளை உள்ளே தள்ளிக்கொண்டு போ. நான் டார்ச் சுவிட்சை அழுத்தி வெளிச்சம் காட்டுகிறேன். அந்த வெளிச்சத்தில் நீ அவளைப் படுக்கையில் கிடத்தி...'

'கொஞ்சம் இரு! இந்தத் தெருப் பக்கம் ஏதோ ஒரு கார் வருகிறது; மறைந்து கொள்ளலாம்!'

சில தவறுகள் நம் வாழ்வில் இருக்கின்றன! இவ்வளவு பணம் என் பெயரில் இருப்பது தவறு. இவ்வளவு நகைகள் என்னிடம் இருப்பது ஒரு பாரம். இவற்றுக்கும் உங்களுக்கும் எந்தவிதமான சம்பந்தமும் இல்லை என்பதுபோல் நீங்கள் ஒதுங்கியிருப்பது உங்கள் தவறு. அப்புறம் சிலவேளைகளில் நீங்கள் என்னை அலட்சியம் செய்வது தவறு. அந்த அலட்சியத்திற்குப் பின் அற்புதமாக நிகழும் சில அந்தரங்கச் செயல்கள் தவறு, தவறு, தவறு!

கேட்டே விடுகிறேன்; கோபித்துக் கொள்ளாதீர்கள். சென்ற மாதம் தற்செயலாக நிகழ்ந்த சில நிகழ்ச்சிகள் நிஜமாகவே

தற்செயலான நிகழ்ச்சிகள்தானா? எதற்கு நம் வீட்டில் இத்தனை எலெக்ட்ரிக் சாமான்கள்? அன்று அந்த டோஸ்ட்டரில் எனக்கு 'சுரீர்' என்று 'ஷாக்' அடித்ததும் 'இந்தச் சனியன் எல்லாம் வேண்டவே வேண்டாம்!' என்று நான் அலறிய போது, நீங்கள் அவையெல்லாம் 'வேண்டும், வேண்டும்' என்று பிடிவாதமாக இருந்தீர்களே, அதற்கு ஏதாவது விசேஷ காரணம் உண்டா? அப்புறம் நீங்கள் புதிதாக வாங்கி வந்த 'ப்ரெஷர் குக்கர்' மறுநாளே வெடித்து, என் காதை 'விண்' என்று அதிர வைத்து, நான் மயிரிழையில் உயிர் பிழைத்தது தற்செயலான நிகழ்ச்சிதானா? அப்படித்தான் இருக்க வேண்டும் என்று நம்ப நான் எவ்வளவோ துடிக்கிறேன்; ஆனால், இன்னொன்றும் கேட்டு விடுகிறேன்; தயவுசெய்து கோபித்துக் கொள்ளாதீர்கள்!... தயவுசெய்து தயவு செய்து... நான் இருப்பதை நீங்கள் விரும்பவில்லையா? என் பணத்தின் மேல்தான் உங்களுக்கு விருப்பமா? அப்படியென்றால் அதை என்னிடம் சொல்லக்கூடாதா? என்னைக் கொ... வேண்டாம்; எழுத மாட்டேன். நீங்கள் ஆணையிட்டால் எத்தனை கையெழுத்து வேண்டுமானாலும் போட நான் தயாராயிருக்கிறேனே! என் மேல் உங்களுக்கு ஆசையில்லையா? நான் அலுத்து விட்டேனா? பழசாகி விட்டேனா? சொல்லுங்களேன்!'

'கார் போய் விட்டதா?'

'ம்.'

'சரி, கிளம்பலாம். ஜாக்கிரதையாக ஏற வேண்டும்; சத்தமே கூடாது. அப்புறம் அவர் சொன்னதெல்லாம் ஞாபகமிருக்கிறதா? காரியம் முடிந்ததும் நடந்ததைத் திருட்டைப்போல் காட்ட வேண்டும். கழுத்து நகைகளை எடுத்துக்கொள்ள வேண்டும். நேரு படத்துக்குக் கீழே ஓர் அலமாரி இருக்கிறதாம்; அதன் சாவியை அவர் தந்திருக்கிறார். அதைத் திறந்து அதற்குள் இருக்கிற பணத்தையெல்லாம் திருடிக்கொள்ள வேண்டும். அப்புறம் மேஜை டிராயர்களை இழுத்து அவற்றுக்குள் இருக்கும் காகிதங்களையெல்லாம் கலைக்க வேண்டும். ஓரிரண்டு படங்களை உடைக்க வேண்டும்...'

'சரி, சரி! என்ன, ஏறலாமா? இன்னும் ஐந்து நிமிஷம் விட்டுப் பிடிக்கலாமா? விளக்கு வெளிச்சம் இருப்பதால் கொஞ்சம் தயக்கமாக இருக்கிறது...'

'இல்லை. இப்படிக் காத்திருந்தால் இரவு முழுவதும் கழிந்து விடும். அவள் ஒருவேளை விளக்கைப் போட்டுக்கொண்டு தூங்குகிறாளோ, என்னவோ?'

'சரி, கிளம்பு!'

அவர்கள் இருவரும் அந்தக் கட்டடத்தை அணுகினர்.

என்னை என்னதான் செய்ய இருக்கிறீர்கள்? ஒதுக்கவா? இல்லை, முடிக்கவா? இப்பொழுதுகூட எனக்குத் தோன்றுகிறது... என்னை நீங்கள் தனியாக விட்டுவிட்டுச் சென்றிருக்கிறீர்கள். இந்த இரவில் இந்தச் சமயத்தில் எனக்கு ஏதோ ஓர் எச்சரிக்கை இருப்பதாகத் தோன்றுகிறது.

என்னுடைய இந்தத் தனிமைக்கு ஏதோ ஒரு காரணம், ஏதோ ஒரு தவிர்க்க முடியாத தன்மை இருப்பதாக எனக்குத் தோன்றுகிறது. இந்தப் பயங்கரமான மௌனத்துக்கு நடுவிலே என்னில் ஏற்படும் பயம், என் மார்பின் துடிப்பு எனக்குக் கேட்கிறது. என் உடம்பில் ஏதோ ஒன்று லேசாக ஊறுகிறது...

இந்த நிலைமைக்குக் காரணம் நீங்களா? அல்லது என் மனமா? என் கற்பனையின் கோணல் வடிவங்களா?

நீங்கள் ஒரு லட்சியக் கணவராக இருக்க வேண்டும் என்று நான் எதிர்பார்க்கவில்லை. உங்களை நேரில் கேள்விகள் கேட்கவோ, உங்களுக்கு ஆயாசம் தரவோ, நான் விரும்பவில்லை. உங்களிடம் நான் எதிர்பார்ப்பது கனிவு, இரக்கம், ஒற்றுமை, என்னைப்பற்றி ஒரு நெல் அளவு அக்கறை, அவ்வப்போது ஒரு புன்னகை, சில விசாரிப்புகள், சில சமயம் என்னைத் தொட வேண்டும். சில சமயம் என் தலையில் கை வைத்து வருட வேண்டும். சில சமயம் என் கையைப்பற்றி வலியெடுக்கும் வண்ணம் அழுத்த வேண்டும். சில சமயம் என் கன்னத்தை லேசாகக் கடிக்க வேண்டும்... இவையெல் லாம் அற்ப சந்தோஷங்களாயிருந்தாலும், என் கண்ணாளனே!... கொஞ்சம் அசிங்கம் தட்டும் இந்த வார்த்தையை இங்கே உப யோகித்ததற்காக என்னை மன்னிக்கவும்...

'ஏறு' என்றான் ஆத்மா மெதுவாக.

சிதம்பரம் தன்னுடைய பாண்ட்டின் நுனியை இரண்டாக மடித்துக் கொண்டான். 'கான்வாஸ் ஷூ'வின் கயிற்றை இறுக்கிச்

சுருக்கிட்டான். சட்டையை மடித்துச் செருகிக் கொண்டான். கைகளைத் துடைத்துக் கொண்டான். ‘டார்ச்’சைப் ‘பெல்ட்’டில் செருகிக் கொண்டான்.

பரபரவென்று பழகிய பாணியில் அந்த ‘ட்ரெயின் பைப்’பின் மேல் செங்குத்தாக ஏறினான். அவனை ஒரு பத்து அடி ஏற விட்ட விட்டு, அவனுக்குப் பின்னால் ஆத்மா ஏறத் தொடங்கினான். அவன் தன் வாயில் ஒரு வெண்ணிறக் கைக்குட்டையைக் கவ்விக் கொண்டிருந்தான்.

மெதுவாக, மெதுவாக, அவர்கள் அந்த பால்கனியை நெருங்கினார்கள்.

அவற்றுக்காக எவ்வளவு தூரம் உருகுகிறேன் என்பதை நான் உங்களுக்கு எப்படிக் காட்டுவது?...

சிதம்பரமும் ஆத்மாவும் கதவுக்கு அருகே இருந்த அரை நிழலில் ஒண்டிக்கொண்டு உள்ளே எட்டிப் பார்த்தனர். சிதம்பரம், ஆத்மாவைப் பார்த்தான். ஆத்மா, சிதம்பரத்தைப் பார்த்தான். சிதம்பரம் இடுப்பிலிருந்து ‘டார்ச் லைட்’டை எடுத்தான். பால்கனியின் கண்ணாடிக் கதவில் மெதுவாகத் தட்டினான். அவள் வரவில்லை...

டியர், நான் உங்களிடம் எத்தனை கோடி ஆசைகளை வைத்திருக் கிறேன்!

கொஞ்சம் இருங்கள். கதவருகே ஏதோ சத்தம் கேட்கிறது; பார்த்து விட்டு வந்து கடிதத்தைத் தொடர்ந்து எழுதுகிறேன்.

மறுபடியும் தட்டினான்...

கதவு மெதுவாகத் திறந்தது. ஆத்மாவும் சிதம்பரமும் தயாரானார்கள். சிதம்பரம் நிழலோடு நிழலாக, சுவரோடு சுவராக ஒட்டிக் கொண்டான்.

கீழே நிழல், திறந்த நிழல். தரையை மெதுவாகத் தடவி, பால்கனியின் அறைச் சுவரில் மடங்கி, மேலே மேலே உயர, உயர...

‘சரேல்’ என்று ஆத்மா பாய்ந்தான்.

அதே சமயம் சிதம்பரம், ‘ஐயோ, 747டா!’ என்று கத்தினான்.

சிரித்துக்கொண்டே வெளிப்பட்ட 'ரகசியப் போலீஸ் 747' (நடிகர் ஜெயசந்திரன்) 'ஹப்' என்று எகிறிக் குதித்து, ஆத்மாவின் இடது தாடையின் மேல் முஷ்டியடித்து, 'கராட்டே' பாணியில் கையை வைத்துத் தன்னை அணுகிய சிதம்பரத்தின் இடது தோளில் ஒரு வெட்டு வெட்டி, அவனை எட்டாக மடித்துத் தள்ள, அவன் அதனாலோ அல்லது சுய முயற்சியாலோ பால்கனிக் கம்பியில் சுழன்று தொங்க...

கீழே இருந்த டைரக்டர், 'எக்ஸ்லெண்ட், எக்ஸ்லெண்ட்!... கட் இட்!... போதும். இப்பொழுது காமிரா ஆங்கிள் சேஞ்ச் ஆகிறது. அறைக்கு உள்ளேயிருந்து பாக்கியை எடுக்கணும். அங்கே சண்டை தொடர்கிறது, சத்யா சார்' என்றார்.

காமிராமேன் சத்யநாதன், 'சரியான ஷாட் சார், இது! கீழே பேசிக் கொள்வதிலிருந்து மேலே ஏறிச் சண்டை போடத் தொடங்குகிற வரை ஒரே ஷாட்டா 'ஸூம்' போட்டு எடுத்திருக்கேன், சார்!' என்றார்.

'குட்! இந்தக் காட்சியில் நடித்த ரெண்டு பேரும் பரவாயில்லை!'

வெளியில் ஏதோ சத்தம் கேட்டது என்று சொன்னேன் அல்லவா?

போனேன்! திறந்தேன். ஒன்றுமில்லை. காற்றோ பூனையோ அந்தக் கண்ணாடி கதவைத் தொட்டிருக்க வேண்டும். இருந்தாலும் அதை ஓடிப்போய்ப் பார்க்கும் தைரியம் எனக்கு இருந்ததைக்கண்டு வியந்தேன். இந்தத் தைரியத்தில்தான் இக்கடிதத்தையும் உங்க ளுக்கு எழுதி விட்டேன்!

டியர், டியர், டியர்! இதுவரை நான் எழுதிய பைத்தியக்காரத்தன மான பிரமைகளை நீங்கள் படிக்கிறபோது சிரிப்பீர்கள்! சிரிக்க வேண்டும்! சிரித்துத்தான் ஆக வேண்டும்! அப்பொழுதுதான் எனக்கு நிம்மதி!... எங்கே சிரியுங்கள்! என்றும் என்றும், உங்கள் உங்கள்,

சசிகலா

படப்பிடிப்பில் இத்தனை சந்தடிகளுக்கு நடுவே தன் மனைவி சசிகலாவின் கடிதத்தைப் படித்துக் கொண்டிருந்த காமிரா யூனிட்டில் இரண்டாவது அஸிஸ்டெண்டான கருணாகரன், அவள் எதிர்பார்த்தபடியே வாய் விட்டுச் சிரித்தான்.

7

ஒரு கதையில் இரண்டு கதைகள்!

முதல் கதை

இரவு. தீப்பந்தங்கள். பல்லக்கு. அதைச் சுமப்பவர்களின் ‘ஹை ஹோ... ஹை.. ஹோ’... பல்லக்கின் திரைச் சீலையின் மெல்லிய காற்றின் அலைச்சல். மத்தியில் சந்திரோதயம்போல், ரத்தினம் போல், சோலையிளந் தென்றல்போல, சோமரசக் கவிதைபோல் இளவரசி மேகலா.

சோழர்கள் சாம்ராஜ்யம் சின்னா பின்னமாகிப்போய் சில நூறு வருடங்களுக்குப் பின்னர் எஞ்சியிருந்த ஒரே பகுதியை ஆண்ட - மிச்சமிருந்த ஒரு சோழனின் ஒரே மகள்.

(சோழனுக்கு மற்றொரு மகளும் உண்டு என்று பேச்சு. இதை அந்தச் சோழன் ஒப்புக் கொண்டதில்லை. ஊர் வாய்!)

இளவரசியின் கையில் ஓலை இருந்தது. ஒரு மடல்! அதை மடல் என்று சொல்வதா, காதல் கடல் என்று சொல்வதா? எழுத்தாணியை இதயத்தில் தோய்த்து, தேவநாதன் எழுதி யிருந்தான்!

> அனபுக கரஙகளை அனறுதினநதொடடென இனபக
> கரைதான கணடேன-உன பககம தாமரையு முகநாணும
> சந்திரனு முகமவாடு மாமதனிலே சநதேகமிலை.

(அந்தக் காலத்தில் ஒற்றெழுத்துக்கள் எழுதுவது கிடை யாது!)

- என்று வெண்பாவில் துவங்கி 'வேறு' என்று விருத்தத்திலும் விளையாடியிருந்தான், தேவநாதன்.

இளவரசி ஓலையை இரண்டாவது முறை படித்தாள் - முதல் முறை படித்தபோது சரியாகப் புரியாததால் எழுத்துப் பிழை களும், இலக்கணப் பிழைகளும் மலிந்திருந்த அந்த லிகிதம் அவளுக்கு ஓர் அலட்சிய முறுவலைத்தான் தந்தது. 'செங்கல்' என்று விளித்தாள்.

'இளவரசி?' என்று பல்லக்கின் அருகில் வந்து பணிவுடன் நடந்தார் செங்கல்வராய தேவர் - அரசின் மெய்க்காப்பு, நெய்ப் பந்தப் பிரிவுகளின் தலைமை அதிகாரி. முப்பது வராகன் திங்களுக்குத் திங்கள் வாங்குகிற அதிகாரி.

அவர் கையிலிருந்த பந்தத்தில் அந்த ஓலையைக் கொளுத்தினாள் இளவரசி. 'பித்துப் பிடித்தவன்' என்றாள்.

'இளவரசி! இன்னும் இரண்டு நாழிக்குள் வரகூர் போய்ச் சேர்ந்து விடலாம்' என்றார் செங்கல்வராய தேவர். அவர் சொன்னதை இளவரசி கவனித்தாளில்லை. அவள் மனம் அந்த ஆசை முகத்தில் - இதுவரை அவள் சந்தித்திராத அந்தக் கனவு முகத்தில் - லயித்திருந்தது

'செங்கல்! அது என்ன சப்தம்?'

'எது இளவரசி?'

'தூரத்தில் குளம்பொலி கேட்கவில்லை?'

'கேட்கவில்லை இளவரசி! எனக்கு இடது காதில் இடக் கரடக்கல் என்ற நோய். வைத்தியரிடம் போனால் அவருக்கும் இடக்கரடக்கல்.'

'செங்கல். இப்பொழுது கேளும்.'

'சமூகம் சொல்வது சத்தியம்தான். இந்த நாய்க்கும் கேட்கிறது' என்றான் ஒரு பல்லக்குத் தூக்கி. மேலும் 'பாதையில் கள்ளர் பயம் அதிகம்' என்றான்.

இப்போது செங்கல்வராயருக்குக் குளம்பொலி கேட்டது. உடனே, 'முத்தா, பந்தங்களை அணை. வாய்க்கால் பக்கம் ஒதுங் கலாம்' என்றார்.

இளவரசி, 'செங்கல்வராயரே, அச்சமுறாதீர். அவர்கள் வரட்டும். அவர்கள் கள்ளர்களாயிருந்தால் உங்கள் வாள் என்ன ஆயிற்று?' என்றாள்.

அந்தக் குதிரைகள் தெரிந்தன. கிரேக்க தேசத்தில் இருந்த உறையூர் துறைமுகத்தில் புதிதாக வந்து இறங்கிய புரவிகள். தமிழ்நாட்டுக் கொள் உண்ட ஆவேசத்தில் மின்னல்போல் துடிப்புடன் பாய்ந்து பல்லக்கின் அருகில் வந்து இரண்டு கால்களில் ஊன்றி நிமிர்ந்து பகபகவென்று சிரித்து விட்டு நின்றன.

நான்கு கள்ளர்கள். முகத்தைத் திரையால் மறைத்து அசிங்கமான தலைப்பாகை அணிந்த ஒருத்தன் உருவிய வாளுடன் முன் வந்தான். செங்கல்வராயரைப் பார்த்து, 'முதலில் என் வாளுக்குப் பதில் சொல்லும்' என்றான்.

'என்ன பதில் வேண்டும்?' என்றார் செங்கல்.

'இராயரே! வாளை உருவும். போரிடும், போரிடும்' என்றாள் மேகலா.

செங்கல்வராயர் கடைசியாக வாளை உருவியது சென்ற ஆயுத பூஜையின்போது. இப்பொழுது உருவினால் கைப்பிடி மட்டும் வந்தது.

கொள்ளைக்காரன் பரியை விட்டு இறங்கினான். பல்லக்கின் அருகில் வந்தான். திரைச் சீலையை அகற்றினான்.

'ஓ! இளவரசி!'

இளவரசி மிடுக்குடன் அவனைப் பார்த்தாள். பக்கத்தில் இருந்த கட்டாரியை எடுத்தாள்.

'தேவையில்லை இளவரசி. நீ ஒரு மலர். உன்னை நான் தொட மாட்டேன். அதோ, அந்த வைர மாலையை மட்டும் கொடுத்து விடு!'

'முடியாது' என்றாள் இளவரசி, தன் மார்பைப் பார்த்துக் கொண்டு.

'முடியாது?'

‘முடியாது, முடியாது.’

‘இளவரசி! என் கோபம் உனக்குத் தெரியாது. நான் ரு வரை எண்ணப் போகிறேன். அதற்குள் அந்த மாலையைத் தா! க... உ’ (அப்போதெல்லாம் தசம எண்கள் கிடையாது).

‘முடியாது அற்பனே!’

‘இளவரசி, நீ கன்னி! இளம்பெண். பெரியவர் இறந்ததும் உறையூரிலிருந்து வரகூர்வரை பரவியுள்ள இந்த மாபெரும் சோழ சாம்ராஜ்யத்தை ஆளப் போகிறவள். ஏன் என் வாளுக்கு இரையாக முயல்கிறாய்?’

‘என்ன! இன்னும் அவரைக் காணோமே!’ என்றான் மற்றொரு கொள்ளைக்காரன்.

‘வாயை மூடு’ என்றான் தலைவன்.

அப்பொழுதுதான் மற்றொரு குளம்புச் சப்தம் கேட்டது. அதைவிட - ளம்புச் சப்தம் என்று சொல்லலாம். ஒரு கால் விந்திக் கொண்டே வந்தது ஒரு குதிரை. அதன் மேல்...

தேவநாதன்!

மின்னல் போல் கத்தியைச் சுழற்றிக்கொண்டு, ‘யாரடா அது, வழிப்பறி செய்வது, பதரே!’ என்றான்.

கள்ளர் தலைவன், ‘யாரடா அவன் என்னைப் பதர் என்கிறது? நீ பதர். உன் தந்தை பதர். உன் தந்தைக்குத் தந்தை பதர்!’ என்றான் பதிலுக்கு.

தேவநாதன் குதிரை மீதிருந்து குதித்தான். சரியாகக் குதிக்காததால் முழங்கால் மடக்கிக் கொண்டது. சமாளித்து எழுந்தான். அடுத்த வினாடி அவர்களுக்குள் வாட் போர் (சந்தியைக் கவனிக்கவும்) துவங்கியது. இருளில் நீல ரத்தினங்கள் போல் அவர்கள் வாட்களி னின்று நெருப்புச் சுடர்கள் எழுந்தன. இளவரசி முறுவலுடன் கவனித்தாள். ராயர் ஒதுங்கி நின்றார். மற்றக் கொள்ளைக்காரர்கள் வரிசையாக நின்றனர். அந்தக் காலத்து வழக்கம்.

கொள்ளைக்காரனின் வாள் சற்றுத் தூரம் எம்பிக் குதித்து வாய்க் காலில் விழுந்தது.

‘ஹஹ்ஹா!’ என்றான் தேவநாதன்.

பிறகு அவர்களுக்குள் ஆக்ரோஷமான துவந்த யுத்தம் தொடங்கியது. அதை வர்ணிக்க முடியுமா? வேண்டாம். யுத்தத்தின் இறுதியில் கள்ளர் தலைவன் கீழே கிடக்க, அவன் கழுத்தில் கால் வைத்த தேவநாதன், ‘இப்பொழுது என்ன சொல்கிறாய்?’ என்றான்.

‘ஆண்டவனே! என்னை விட்டு விடுங்கள். உங்கள் வாள் வலிமைக்கும் தோள் வலிமைக்கும் என்னால் ஈடு செய்ய முடியாது. எனக்கு உயிர் கொடுங்கள் தேவனே! இந்தத் தொழிலை விட்டு விட்டு இந்த நாட்டை விட்டு ஓடி விடுகிறேன்.’

தேவன் அவனை விடுவித்தான். ‘ஓடு’ என்றான்.

‘நில்’ என்றாள் இளவரசி.

‘நிற்கிறேன்’ என்றான் கள்ளன்.

‘எவ்வளவு வராகன்!’ என்றாள் மேகலா.

‘இளவரசி?’

‘இந்த நாடகத்திற்கு எவ்வளவு வராகன் கொடுப்பதாகச் சொன்னான் தேவநாதன்?’

‘எட்டு வராகன் இளவரசி. குதிரைகளுக்கு இரண்டு சேர்த்து மொத்தம் பத்து வராகன்.’

‘மடையா, மடையா பொய்!’ என்று குறுக்கிட்டான் தேவநாதன்.

‘ஏன் ஐயா, எட்டு வராகன்தானே கொடுப்பதாகச் சொன்னீர்கள்!’

இளவரசி சிரித்தாள். ‘அவன் பொய் சொல்லத் தெரியாதவன்’ என்று தேவநாதனிடம் கூறியவள், ‘கள்ளனே நீ போ. உனக்கு நாடகப் பயிற்சி தேவை!’ என்று பல்லக்கைத் தணிக்கச் சொல்லி இறங்கினாள். ‘வீரரே! சாரியை சந்தி தெரியாமல் மடல் வரைந்த வீரரே! வாரும் போரிடலாம்’ என்று பல்லக்கில் இருந்து வாளை எடுத்துக்கொண்டு தேவநாதனை நெருங்கினாள்.

தேவநாதன் மருண்டான். இளவரசி கொக்கரித்தாள்.

‘என் தந்தை நான் பூப்பெய்வதற்கு முன்னமே முறையாக எனக்கு வாள் பயிற்சி கற்றுத் தந்திருக்கிறார். உம்...எடுங்கள் வாளை!’

‘இளவரசி, உங்களுடனா?’

‘ஆம்... ஆம்...’

‘இளவரசி. இது என்ன விளையாட்டு!’

இளவரசி கத்தியை ஒரு முறை விஷ்ஷினாள். தேவநாதன் கழுத்தி லிருந்து முத்துச் சரம் அறுந்தது.

‘இளவரசி, ஆபத்து, ரத்தம் வரும்.’

‘அதற்காகத்தான் வாள். பிடி, பரதேசியே பிடி!’ இளவரசியின் இரண்டாவது வீசலின் ‘சுள்’ளில் தேவநாதனின் சில ரோமங்கள் சிதறின. ‘தாயே, தந்தையே!’ என்றான்.

‘எழுத்தாணி பிடித்து ஓலையில் வெண்பா எழுதுவதற்கு முன் வாள் பிடிக்கக் கற்றுக்கொள் தேவநாதா! இன்று உனக்கு உயிர்ப் பிச்சை. ஓடு! ஓடு’ என்றாள் இளவரசி.

தேவநாதன் உடுக்கை நழுவ ஓடினான்.

கொள்ளைக்காரன், ‘ஆண்டவனே! என் எட்டு வராகன்?’ என்று கூடவே ஓடினான்.

இளவரசி புன்முறுவலுடன் செங்கல்வராயரைத் தேடினாள்.

பல்லக்குப் புறப்பட்டது. பந்தங்கள் கொழுந்தாய் எரிந்தன. மறுபடி இளவரசியின் நினைவில் அந்த ஆசை முகம்....

ஹைஹோ! ஹைஹோ!

இரண்டாவது கதை

கோடம்பாக்கத்தில் கார்டு முதல் தடவை ஊதினார். அப்பொழுதுதான் ராதா முதல் வகுப்புப் பெட்டியில் ஏறுவதைப் பார்த்தான் ராமசாமி. மான்போல் அம்புபோல் அதை நோக்கி ஓடி, புறப்படவிருந்த சமயம் ஒட்டிக் கொண்டான். பெட்டி

காலியாக இருந்தது. ராதாவைத் தவிர, அவன் மட்டும்தான். மூலையில் உட்கார்ந்துகொண்டு 'டைம்' புரட்டிக் கொண்டிருந்தாள்.

'ஹலோ ராதா' என்றான் ராமசாமி.

அவள் அவனைப் பார்த்தாள். 'ஹலோ!' என்றாள். உடனே பத்திரிகையில் ஆழ்ந்தாள்.

ராமசாமி அவள் எதிரில் உட்கார்ந்தான். மவுனமாக அவளைப் பார்த்தான். அவள் கண்கள் வரிகளில் தங்காமல் விளையாடிக் கொண்டிருந்தன. பாவனை, என்ன அழகான கண்கள்! அவள் தலைமயிர் ஜன்னலோரத்துக் காற்றில் ஆட ஆட, வண்டி ஆட ஆட, ராமசாமியின் மனம் ஆட ஆட...

'ராதா, என் கடிதம் கிடைத்ததா?'

'கிடைத்தது. ஸ்டுபிட் லெட்டர்!'

'ஏன் ராதா?'

'அந்த மாதிரிக் கடிதம் எழுதுவதே அநாகரிகம். முட்டாள்தனம்.'

'நீ கூட எனக்குக் கடிதம் எழுதுகிறாயே ராதா?'

'அது ஒன்றரை வருடத்துக்கு முன், அப்பொழுது நான் முட்டாளாக இருந்திருக்கிறேன்!'

'ராதா என்னைப் பார், என்னை ஏன் பார்க்க மாட்டேன் என்கிறாய்?'

ஒரே ஒரு தடவை பார்த்தாள்.

'என்ன?'

'நீ சொல்லுவது நிஜமா?'

'நூறு சதவிகிதம்.'

'ஏன் இப்படி மாறி விட்டாய் ராதா?'

'மாறவில்லை, புத்திசாலியாகி விட்டேன்!'

‘ராதா, நான் உனக்கு என்ன செய்ய வேண்டும்?’

‘இந்த மாதிரிக் கடிதம் எழுதக் கூடாது. இந்த மாதிரி பஸ்ஸில், எலக்ட்ரிக் ட்ரெயினில் எல்லாம் துரத்தக் கூடாது. நான் என்ன மேரியா. நீங்கள் என்ன ஆட்டுக்குட்டியா?’ - சிரித்தாள்.

‘சரி, இனிமேல் நான் செய்யவில்லை. உன் இஷ்டப்படி நடந்து கொள்கிறேன்.’

‘உங்களை எப்படி நடந்து கொள்ள வேண்டும் என்று சொல் வதற்கு நான் யார்?’

‘நீதான் ராதா எனக்கு எல்லாம். ராதா எனக்கு நீதான் எல்லாம். நீதான். நீதான்?’

‘சினிமா?’

‘நான் சினிமா பார்ப்பதில்லை ராதா!’

‘அப்படியா? எவ்வளவு சுவாரஸ்யமான தகவல்?’

‘நீ என்னை மிகவும் கொடுமைப்படுத்துகிறாய்.’

‘நீ’க்குப்பதில் நீங்கள். அதுவேதான் என் பதில்.’

‘ராதா நீ வேறு யாரையாவது…’

‘ரொம்ப அந்தரங்கமாகக் கேட்கிறீர்களே!’

‘நீ எழுதின கடிதங்களை எல்லாம் வைத்திருக்கிறேன்.’

‘சட்டம் போட்டு வீட்டில் மாட்டுங்கள். மஞ்சள் பேப்பரில் பதிப்பியுங்கள். ஐ டோண்ட் கெர்.’

மௌனம்… மௌனம்…

ரயிலில் பதினெட்டுத் தடக் தடக் மவுனம்.

‘ராதா, நீ என்னை எவ்வளவு அலட்சியப்படுத்தியிருக்கிறாய். அவமானப்படுத்தியிருக்கிறாய் என்று யோசித்திருக்கிறாயா?’

‘அதற்கெல்லாம் நீங்கள்தான் காரணம்.’

‘எந்த விதத்தில்? எந்த விதத்தில்?’

‘ராமசாமி, இங்கே பாருங்கள். இன்றைக்கு உண்மை பேசலாமா?’

‘நீ எது பேசினாலும்...’

‘ஆயாசப்படுத்தாதீர்கள். கேளுங்கள். நான் சொல்லப் போவது உங்களுக்குக் கசப்பாக இருக்கும். நீங்கள் நல்லவர். ஆதாரமாக நல்லவர். ஆனால், உங்களுக்கு ஜாண்டிஸ்! பிறருக்கும் மனசு இருக்கிறது. அந்த மனசு நீங்கள் எதிர்பார்த்தபடி இயங்காமல் இருக்கலாம் என்பது உங்களுக்குத் தெரியவில்லை. உங்களுக்கும் எனக்கும் பொதுவான கவர்ச்சி ஒன்றும் கிடையாது.’

‘என்ன ராதா அப்படிச் சொல்லி விட்டாய்?’

‘நீங்களே யோசித்துப் பாருங்கள். உங்களுக்கும் எனக்கும் பொதுவாக ஏதாவது இருக்கிறதா? நான் படிப்பதெல்லாம் உங்களுக்குக் குப்பை. ட்ராஷ். உங்கள் பி.எச்.டி.யைத் தவிர, உங்கள் சரித்திர ஆராய்ச்சித் தவிர, வேறு ஏதாவது உங்களால் பேச முடியுமா?’

‘வேறு ஏதா...’

‘நான் இன்னும் முடிக்கவில்லை. உங்கள் உலகம் வேறு உலகம். சோழ பரம்பரை. அவர்கள் பேரன்கள், பேத்திகள், சிற்பங்கள், திருப்பளாய்த் துறை செப்பேடுகள், நாணயங்கள், அரசர்கள். அவர்களுக்குப் பின் வந்த மேலும் அரசர்...’

‘அவர்கள் எல்லாம் மனிதத் தன்மை நிறைந்தவர்கள் ராதா!’

‘அவர்கள் எல்லாம் இறந்து போனவர்கள்...’

‘இல்லை ராதா. அவர்கள் நம் சரித்திரத்தில் இன்னும் இருக்கிறார்கள்.’

‘பா!’ என்றாள்.

ரயில் ஸ்டேஷனை நெருங்குகிறது.

‘ராமசாமி, நீங்கள் இந்தக் காலத்து மனிதர் இல்லை. இது கம்ப்யூட்டர் யுகம்! கல்வெட்டு யுகமல்ல! பழமை, பண்பாடு, ஆராய்ச்சி

இதெல்லாம் உங்கள் பி.எச்.டிக்குத் தேவை. அவைகளைப் பிறர் மேல் ஏன் திணிக்கிறீர்கள்? என்னைத் தனியாய் விடுங்கள். இரண்டு பேரும் சந்தோஷமாக இருக்கலாம்.'

ரயில் நின்றது. ஓர் ஆசாமி ஏறினார். ராதாவை முறைத்துப் பார்த்து விட்டு மற்றோர் ஓரத்தில் உட்கார்ந்தார். மாலைப் பத்திரிகை ஒன்றைப் பிரித்தார். அதன் முன் பக்கத்தில் கொட்டை எழுத்தில் 'ராதாவுக்கு இன்று விடுதலை' என்று அடித்திருந்தது.

ராதா அதைப் பார்த்துச் சிரித்துக் கொண்டாள். அதன் காரணத்தைத் தேடி ராமசாமி பேப்பர் பக்கம் திரும்பினான். அதற்குள் அவர் பக்கத்தை மடித்து விட்டார். ராமசாமிக்கு ராதா சிரித்த காரணம் புரியவில்லை.

'உனக்குப் பிடித்தமாக இருக்க நான் என்ன செய்ய வேண்டும்? பழைய கதை பேசக்கூடாது. டைட்டாக பாண்ட் அணிய வேண்டும். ஆனந்த் போல் சிகரெட்டில் புகை வளையங்கள் விட வேண்டும். பீட்டில்ஸ் பற்றிப் பேச வேண்டும். மரிஜுவானா எல்.எஸ்.டி... என்ன ராதா?'

'ம்? என்ன சொன்னீர்கள்? நான் கவனிக்கவில்லை.'

எவ்வளவு அலட்சியம் இந்தப் பாவிக்கு! அழகு தரும் அலட்சியம். 'ராதா. நாம் முன்பு எவ்வளவு நட்புடன் இருந்தோம், ஞாபகம் இருக்கிறதா?'

'பழைய கனவுகள் - உங்கள் சரித்திரம்போல்.'

'ராதா, நானும் உண்மை பேசட்டுமா?'

'தாராளமாக.'

'நீ ஏன் என்னை வெறுக்கிறாய் தெரியுமா? நான் ஒரு ஸைபர். அதனால். நான் ஐ.ஏ.எஸ். எழுதித் தேறவில்லை. அதனால். நான் நவீனமாகப் பேசத் தெரியாதவன். அதனால். எனக்கு சிகரெட் பிடிக்க வராது. அதனால். நான் போலியில்லாதவன். உண்மை யானவன். அதனால். விஷய சுகத்தில் ஈடுபாடில்லாதவன். அதனால்... நான் இரக்கம் உண்மையான பண்பாடு என்று பழைய பழைய விஷயங்களில் நம்பிக்கை உள்ளவன். ராதா, நீ சுயநலக் காரிகளின் ராணி!'

'வந்தனம் ராமசாமி! நான் உங்களை வெறுப்பது உண்மை. ஆனால், ஒன்று மட்டும் நீங்கள் மறந்து விடுகிறீர்கள். எனக்கு என் நண்பர்களைத் தேர்ந்தெடுக்க, என் போக்கை அமைத்துக்கொள்ள உரிமை இருக்கிறது. மிஸ்டர் ராமசாமி இன்று உண்மை தினம். உங்களை எனக்குப் பிடிக்கவில்லை. அதன் காரணங்கள்பற்றி எனக்குக் கவலையில்லை. கடைசி உண்மை இது. நான் உங்களை மனமார வெறுக்கிறேன். நீங்கள் என்னை இப்படித் துரத்துவது பிடிக்கவில்லை. திருக்குறளிலிருந்து மேற்கோள் காட்டி நீங்கள் எழுதும் கடிதங்களை நான் உபயோகிக்கும் விதத்தைச் சொன்னால் உங்களுக்கு மனம் மிக வருந்தும். உங்கள் சரித்திரம், உங்கள் ஆராய்ச்சி, உங்கள் முகம், ஒன்றும் ஒன்றும் எனக்குப் பிடிக்க வில்லை. நீங்கள் எப்பொழுதாவது யோசித்ததுண்டா. நீங்கள் எப்படிப்பட்ட மஹா மஹா 'போர்' என்று...?'

வண்டி நின்றது. ராமசாமிக்குக் காதுவரை, மூளைவரை ஓர் உஷ்ணம் ஏறியது. சரேல் என்று விலகி இறங்கி விட்டான்.

அது என்ன ஸ்டேஷன்! எதுவாக இருந்தால் என்ன? ரயில் வேகம் பிடித்து அடுத்தடுத்த ஜன்னல் சதுரங்கள் காடாக ஒன்றி மறைந்தன.

நேராக நடந்தான். ஸ்டேஷன் இறுதியில் சரிவில் இறங்கி இருப்புப் பாதைகளுடன் நடந்தான். தூரத்தில் தூரத்தில் அந்த ரயில் சென்று கொண்டிருந்தது... மறைந்தது, அப்புறம் இருட்டு..தொடர்ந்து தொடர்ந்து இருட்டு.

ராமசாமி மூலை திரும்பினான்.

எதிரே தீப்பந்தமா தெரிகிறது... தீப்பந்தங்களா? அவை அவனை அணுகின.

ஒரு பல்லக்குத் தெரிந்தது. ஆடி ஆடி அசைந்து அசைந்து அவனை நோக்கி வந்தது. இதோ, மிக அருகில் வந்து விட்டது.

'இளவரசி!' என்றான்.

'மறுபடி வந்து விட்...' திரைச் சீலை விலகியது. மேகலா அவனைப் பார்த்தாள். அதே முகம், அதே ஆசை முகம்... 'நீங்கள் யார்?'

'இளவரசி, என் பெயர் ராமசாமி. பக்கத்துக் கதையில் நிராகரிக்கப் பட்டவன்.'

இளவரசி அவனைப் பார்த்து முறுவலித்தாள். 'நீங்கள் களைப் பாக இருக்கிறீர்கள், என்னுடன் வாருங்கள். ஏறுங்கள் பல்லக் கில்...'

அவனைப் பிடித்து அவர்கள் ஏற்ற, பல்லக்கில் அவன் எதிரே உட்கார்ந்து அவளைப் பார்த்துக்கொண்டே இருக்க, பல்லக்கு ஆடி ஆடிச் சென்றது. அசைந்து அசைந்து...

'ஹைஹோ! ஹைஹோ! ஹைஹோ!'

8

சொல்லச் சொல்லக் கேட்காமல்...

அதோ...

அந்த ஆணவப் பறவை. காரவெல் விமானம். ஃப்ரான்ஸ் தேசத்து 'டர்பைன்' பெருமிதத்துடன் எய்யத் தயாராக இருக்கும் அலுமினிய அம்பு போல மீனம்பாக்கம் விமான நிலையத்தில் 'பே' நம்பர் இரண்டில் காத்திருக்கிறது.

இங்கே ஜனங்கள். நான். சென்னை நகரத்து மேல் தளத்து மனிதர்கள். ரோஜா மாலை சகிதம் ஒரு சரிகை வேட்டி விரைகிறார். அந்த இளைஞன் 'அலிஸ்டைர் மக்ளீன்' புத்தகம் வாங்குகிறார்... ஸ்டேட் பாங்க் கௌண்டரில் நூறு ரூபாய் நோட்டுக்கள் விசிறப்படுகின்றன. 'பைப்'பை (பொய்ப்) பல்லிலிருந்து எடுக்காமல் அவர் 'முடித்து விடுங்கள்' என்கிறார். அந்தப் பெண் (மார்பிலிருந்து சரிந்த ஸாரியைச் சரி செய்யாமல்) 'இஸ்ன்ட் ஷீ கார்ஜீயெஸ்?' என்கிறாள் எதிர் இளைஞனிடம். அந்த மந்திரியை, அருகில் செல்லும் 'கூலிங் கிளாஸ்' நடிகையின் லாவெண்டர் மணம் சற்று நேரம் செயற்கை உரத் தொழிற்சாலையை மறக்க வைக்கிறது.

'யுவர் அடென்ஷன் ப்ளீஸ்...'

அங்கங்கே அமைத்திருக்கும் ஒலிபெருக்கிகள் தத்தம் 'எலக்ட்ரானிக்' அலறலைத் துவக்குகின்றன.

'இந்தியன் ஏர்லைன்ஸ், அவர்களின் டில்லி செல்லும் காரவெல் ஸர்விஸின் புறப்பாட்டை அறிவிக்கிறார்கள். பிரயாணிகள் யாவரும் தங்கள் கைப்பைகளையும் சிறிய பொருள்களையும் சரி

பார்த்துக் கொண்டு வி.டி.டி.பி.ஓ. என்று எழுதப்பட்டிருக்கும் விமானத்திற்குச் செல்லவும். உங்கள் 'போர்டிங்' சீட்டுகளை வாயிலில் காண்பிக்கவும். இந்தியன் ஏர்லைன்ஸின் ஃப்ளைட் நம்பர் 440 இப்பொழுது கிளம்பத் தயார், வந்தனம்.'

நான் என் கலைந்த தலையை வார முயன்று விட்டு வழியனுப்ப வந்தவர்களுக்குத் தலையசைத்து விட்டு நடக்கிறேன். 'இந்த எல்லைக்குள் புகை பிடிக்கக்கூடாது' என்று சிவப்பில் ஆணை யிடும் அறிவிப்புப் பலகைவரை சிகரெட்டை இழுத்து விட்டு மிதித்து விட்டு மதறாஸ் வெயிலின் சென்டிகிரேடுகளின் ஊடே விமானத்தை நோக்கி நடக்கிறேன். அதன் பின்புறத்தில் பிரவேசிக்கிறேன். வாயிலைப் பாதி பக்கவாட்டில் மறைத்துக் கொண்டு ஏர்லைன்ஸ் ஹோஸ்டஸ் புன்னகையுடன் வரவேற் கிறாள். அவள் உடம்பில் ஸில்க், தலை மயிர் ஸில்க், கன்னங்கள் ஸில்க். அந்த நடிகையின் பார்வையும் அவள் பார்வையும் சந்தித்துக்கொண்ட ஒரு கணத்தில் ஒரு சரித்திரம்.

என் ஸீட்டைக் காட்டுகிறாள். உட்கார்கிறேன். பக்கத்துப் பிரயாணியைப் பார்க்கிறேன். பெண்ணில்லை. பட்டனை அழுத்தி ஆசனத்தைச் சாய்த்துக்கொண்டு, முதல் தடவை பிரயாணியில்லை நான் என்று நிரூபிக்கிறேன். ஹோஸ்டஸ் காட்டும் கம்பெனி சாக்லெட்டையும் பஞ்சையும் மறுக்கிறேன்.

'தயவு செய்து ஸீட் பெல்ட் அணியுங்கள்' என்று எதிரே இங்கிலீ ஷிலும், ஹிந்தியிலும் கெஞ்சல் விளக்கு. அலட்சியமாக அணி கிறேன். விமானத்தில் இரண்டு ஜெட் என்ஜின்களும் சுருதி சேர்த்துக் கொள்கின்றன. ஜெனரேட்டர் ஆசாமி அதன் தொப்புள் கொடியை வெட்டுகிறான். தரை என்ஜினியர் கட்டை விரலை உயர்த்தி 'ஓ.கே.' சொல்லுகிறார். மெதுவாக ரதம்போல் ரன்வே யின் ஆரம்பத்தை நோக்கி விமானம் நகருகிறது.

உள்ளேயிருக்கும் ஸ்பீக்கர் சொல்கிறது. 'குட்மார்னிங் லேடிஸ் அண்ட் ஜெண்டில் மென்... இந்தியன் ஏர்லைன்ஸ் ஃப்ளைட் நம்பர் 440'க்கு உங்களை வரவேற்கிறோம். உங்கள் காப்டன் பெயர் ராஜேந்திரன். ஹோஸ்டஸ்கள் பெயர் தேவி, ஜூலியானா, ஸ்டீவர்ட் அனில்குமார். நாம் 35,000 அடியில் பறக்கப் போகிறோம். இரண்டு மணி நாற்பது நிமிஷத்தில் டில்லி போய்ச் சேர்ந்துவிடுவோம். உங்களுக்கு ஏதும் தேவை என்றால் ஸீட் அருகில் மேலே இருக்கும் பட்டனை அழுத்துங்கள். வந்தனம்.'

பேசியது தேவியா, ஜூலியானாவா என்று யோசிக்கிறேன்.

விமானம் ரன்வேயில் பிரவேசிக்கிறது. அருகில் வெளியில் நிலையத்தின் 'ராடார்' சுற்றிச் சுற்றித் தன் 'மைக்ரோவேவ்' பணி செய்துகொண்டு இருக்கிறது. அந்தக் கதவுக்கு அப்புறம் இருக்கும் ராஜேந்திரனும் மற்றவர்களும் செயல்பட, இன்ஜின்கள் முழுச் சக்தியுடன் 'ப்ரேக்' விடுதலைக்குக் காத்திருக்க, விடுதலை கிடைக்க, விமானம் புறப்படுகிறது. ரன்வேயின் தரை விளக்குகள் ஜன்னலுக்கு வெளியே நகரத் துவங்குகின்றன. ஒன்று... எட்டு... இருபத்து நாலு...

பிரம்மாண்டமாகக் காற்றை உள்ளுக்கு இழுத்துச் சூடாக்கி, சுற்றிலும் கெரோஸினை விசிறி எரிந்து ந்யூடனுக்கு வந்தனத்துடன் வெளிப்படும் சக்தி. அந்தச் சக்தியின் ஆணவம் கான்க்ரீட் பர்லாங்குகளைச் சாப்பிட்டபின் விமானத்தைத் தலை தூக்க வைத்து, அது உயர உயர உயர, சென்னை நகரத்தின் பரிமாணங்கள் மாறுகின்றன. அந்த மின்சார ரயில் மரவட்டை போல் ஊர்கிறது. சிவப்பு பஸ்களின் மண்டைகள் தெரிகின்றன. மேகப் பஞ்சுகள் சஞ்சரிக்கின்றன. நீல நீல நீல சமுத்திரத்தில் கப்பல்கள் காத்திருக்கின்றன. என் ஜன்னலின் முட்டை வடிவப் பரப்பில் சதுர மைல்கள் சரிகின்றன.

'நீங்கள் உங்கள் ஸீட் பெல்ட்களைத் தளர்த்தலாம். விரும்புகிறவர்கள் புகை பிடிக்கலாம்' என்று அறிவிக்கிறது ஸ்பீக்கர்.

சுதாரித்துக் கொள்கிறேன். சுற்றிலும் பார்க்கிறேன். எதிரே இடது பக்கத்துக்கு ஸீட்டில் இருக்கும் பெண்ணின் செம்பட்டைத் தலைமயிர் தெரிகிறது. தோளில் வெளிர்ப் பச்சைப் புடைவை விளையாடுகிறது. இப்படிப் பார்க்கிறேன். அப்படிப் பார்க்கிறேன். மறுபடி இப்படிப் பார்க்கிறேன். இரண்டரை மணி நேரங்களைப் பாழாக்க வேண்டும். யோசிக்கிறேன். என் கைப் பையைத் திறக்கிறேன். வாரப் பத்திரிகையைப் பிரிக்கிறேன்...

என் மனத்தில் குருட்டு யோசனைகள். என் மனைவி ரொம்பத்தான் பயந்து போயிருக்கிறாள். அவளுக்காகவே இன்ஷ்யூர் செய்திருக்கலாமே? சே! அப்படிச் செய்தால் அந்தப் பயத்துக்கு இடம் கொடுக்கிறேன் என்றல்லவா ஆகி விடும்? என்ன பயம்? சொல்கிறேன் கேளுங்கள். இன்று காலை எழுந்ததும் என் மனைவி பல் தேய்ப்பதற்கு முன்பு என்னிடம் இதைச் சொன்னாள். 'இன்றைக்கு நீங்கள் 'ப்ளேனி'ல் போய்த்தான் ஆக வேண்டுமா?'

'ஏன்?'

'நேற்றிலிருந்தே என் மனசு சரியாக இல்லை. ராத்திரி ஒரு கனவு கண்டேன்.'

'என்ன கனவு?'

'ஏதோ தத்துப் பித்தென்று கனவு. அதனால் மனசு சரியா இல்லை. பிளேன் வேண்டாம், ரெயிலில் போங்களேன்.'

'என்ன கனவு, சொல்லு.'

'நான் சொல்வதைக் கேட்கிறீர்களா? ப்ளேன் டிக்கெட்டைக் கான்ஸல் செய்து விடுங்களேன்.'

'என்ன கனவு?'

'சொல்கிறேன். அப்பொழுது உங்கள் மனசு மாறுகிறதா பார்க்கலாம்... நீங்களும் நானும் டாக்சியில் ஏறி மீனம்பாக்கம் போகிறோம். நீங்கள் பிளேனில் போவதற்கு, நான் வழியனுப்பு வதற்கு...'

'ஆரம்பமே தப்பு. ஆபீஸ் கார் வரப் போகிறது. நீ விமான நிலையத்திற்கு வரப் போவதில்லை.'

'கேளுங்கள்... அந்த டாக்ஸியில் நம்பர் ப்ளேட்டுக்குப் பதில் ஒரு...ஒரு...மெடிக்கல் காலேஜ் பஸ்ஸில் போட்டிருக்குமே அந்த மாதிரி மண்டையோடு. அப்புறம் டாக்ஸி முழுக்கச் சிவப்பு வர்ணம் அடித்திருக்கிறது. ரத்தம் மாதிரி...

'ஷ்ய்' என்று விசிலடித்து விட்டு, 'உங்க அப்பா பேர் என்ன, ஹிட்ச்காக்கா?' என்று கேட்டேன்.

'வேடிக்கை பண்ணாதீர்கள். மீனம்பாக்கம்வரை இரண்டு பேரும் மௌனமாகப் போகிறோம். எனக்கும் பேசவே முடியவில்லை. நீங்கள் பிளேனில் ஏறுவதைப் பார்க்கிறேன். பிளேன் கிளம்பு வதைப் பார்க்கிறேன். அது ஆடி அசைந்து மறைகிறது. ஏன் இப்படி ஆடுகிறது என்று யோசிக்கிறேன். அப்புறம் வீட்டில் காத்திருக் கிறேன். உங்களிடமிருந்து போய்ச் சேர்ந்த தந்தி வரும் என்று. ஜன்னல் வழியாக பேப்பர் போட்டுவிட்டு யாரோ வேகமாக ஓடு கிறார்கள். இந்தச் சமயத்தில் பேப்பரா என்று ஆச்சரியப்படுகிறேன்.

பிரித்துப் பார்த்தால் 'டில்லி செல்லும் விமானம் நாக்பூர் அருகில் நொறுங்கி 42 பேர் சாவு!' என்று கொட்டை கொட்டையாகப் போட்டிருக்கிறது. அதில் உங்கள்... உங்கள் பெயரும்... நான் இருக்காது இருக்காது என்று கத்துகிறேன். சப்தம் வரவில்லை. பேப்பரில் தேதியைப் பார்க்கிறேன். தேதி தப்பாக இருக்கிறது. தப்பு என்றால் இருக்கவே முடியாத தேதி. நவம்பர் 31 மாதிரி பிப்ரவரி 30 மாதிரி. எனக்கு உள்ளூர ஒரு சந்தோஷம் ஏற்படுகிறது. இந்தத் தேதி தப்பு. இந்தப் பேப்பர் தப்பு. அதில் அச்சடித்திருக் கிறதெல்லாம் தப்பு தப்பு. யாரோ வேண்டாதவர்கள் விஷமமாக அச்சடித்த பேப்பர் இது என்று...'

'அப்புறம்?'

'விழித்துக்கொண்டு விட்டேன். பக்கத்தில் உங்களைப் பார்த்ததும் சமாதானமாகி விட்டது. இருந்தாலும் இந்தக் கனாவில் ஏதோ எச்சரிக்கை இருக்கிறது. நீங்கள் போக வேண்டாம். போக வேண்டாம். போகவே வேண்டாம்' என்றாள்.

நான் சிரித்தேன்.

'ஏன் சிரிக்கிறீர்கள்? நீங்கள் ஸயன்ஸ் படித்தவர்தான். பெரிய எஞ்ஜினியர்தான். ஆனால், 'ப்ரிமானிஷன்' மாதிரி வருகிற இதற் கெல்லாம் அர்த்தம் இருக்கிறது நிச்சயம். நான் சாதாரணமாக கனவே காண்பது கிடையாது.'

'பொய். இது பொய். ஞாபகத்தில் இருக்கும்படியாகக் கனவு காண்பது இல்லை. நீ கேள், என் அன்புள்ள மறு பாதியே! கெட்ட கனவுகள் எதனால் வருகின்றன தெரியுமா? நேற்றைக்கு நீ...?'

அவள் வெட்கப்பட்டாள்.

'உங்கள் 'தியரி' எல்லாம் இருக்கட்டும். நீங்கள் என்ன செய்யப் போகிறீர்கள்? டிக்கெட்டைக் கான்ஸல் செய்யப் போகிறீர்கள் இல்லையா?'

'நிச்சயம் இல்லை. நிச்சயம் நான் போகத்தான் போகிறேன்.'

'நான் இவ்வளவு சொல்லியுமா?'

'உன் கனவுக்கு, உன் இந்த மாதிரிப் பிடிவாதத்திற்கு ஆதாரம் என்ன தெரியுமா? பயம்! பயம் எதனால் வருகிறது அறியாமையால்...

கவனி. விமானத்தில் செல்வது எவ்வளவு பத்திரம் தெரியுமா? புள்ளி விவரப்படி, சாலை விபத்தில் செத்துப் போகிறவர்களை விட, ஏன் சாதாரணமாக சிராய்ப்புக் காயத்தால் வரக் கூடிய 'டெட்டானஸ்'ஸினால் சாகிறவர்களைவிட, விமான விபத்தில் இறப்பவர்களின் எண்ணிக்கை குறைவு. சதவிகிதக் கணக்கில்... இப்பொழுது நான் செல்லப் போகிறேனே இந்த காரவெல் விமானம் இதன் இரண்டு என்ஜின்களுக்கும் தேவைக்கு மேல் இரண்டு மடங்கு சக்தி உண்டு. விமானம் புறப்படுவதற்கு முன்பு ஒரு விஷயம் தெரிந்த எஞ்ஜினியர் எல்லாப் பாகங்களையும் சோதித்து, சர்டிபிகேட் கொடுக்க வேண்டும் சட்டப்படி. அப்புறம் இங்கிருந்து டில்லிக்குப் போகிற வழியில் எவ்வளவு விமான நிலையங்கள் இருக்கின்றன தெரியுமா? ஏதாவது ஒரு சிறு கோளாறு இருந்தால்கூட உடனே இறங்கி விடலாம்...'

'நீங்கள் ரெயிலில் போங்களேன்.'

ஹுூம்! பெண்.

நான் கிளம்புவதற்குப் பதினைந்து நிமிடம்வரை இதோ 'போகாதே' புலம்பல்.

கோபப்பட்டு இரைந்த பின்தான் ஓய்ந்தாள். அதற்குப் பின்பும் கண்களில் அந்தப் 'போகாதே.'

இப்பொழுது விமானத்தில் உட்கார்ந்திருக்கிறபோது சிரிப்புத் தான் வந்தது. மணி என்ன என்று கைக்கெடியாரத்தைப் பார்த் தேன். 11.30. சிரிப்பு நின்று விட்டது.

என் இருதயம் ஒரு துடிப்பை விட்டு விட்டது திடீரென்று. காரணம், என் கைக்கெடியாரம் காட்டிய தேதி 31.

நவம்பர் 31.

'நவம்பர் 31. பிப்ரவரி 30 மாதிரி இருக்க முடியாத தேதி.' அந்தக் கனவில் தப்புத் தேதி. அந்தக் கனவு அவள் கனவு. அதற்கு அர்த்தம் இருக்கிறதா? இருக்கிறதா?'

சே! மறதியினால் தள்ளி வைக்கவில்லை கடிகாரத்தை. இதைப் பெரிது பண்ணுகிறேனே! என்ன ஆள் நீ. எதற்குப் பயப்படு கிறாய்? எதற்கு உன் பனியனுக்குள்ளே 'குப்' என்று ஈரம்?

தாகம்.

தாகமா, நெஞ்சடைப்பா?

மேலே இருந்த குப்பியைச் சரிசெய்து அமைத்துக்கொண்டு என் மேல் குளிர் காற்றைக் கொட்டிக் கொண்டேன். ஹோஸ்டஸுக்கு அழுத்தினேன்.

வந்தாள்.

'மிஸ், நாம் இப்போது எங்கே இருக்கிறோம்?'

'நாக்பூர் அருகே நெருங்கிக் கொண்டிருக்கிறோம். ஜன்னல் வழியாகத் தெரியாது. மேகங்களுக்கு மேல் பறப்பதால்.'

நாக்பூர் அருகே, நாக்பூர் அருகே.

அந்த விபத்து அதோ காத்திருக்கிறது. ஐயோ! அவள் கண்டது நிஜம்.

இந்த விமானம் விழுந்து நொறுங்கப் போகிறது. அருகே அருகே என் கைகளை இறுக்கிக் கொண்டேன்.

'டாய்லட்' நோக்கிச் சென்றேன். உள்ளே கால் வட்ட வடிவக் கண்ணாடியில் என் முகத்தைப் பார்த்துச் சிரிக்க முயன்றேன். பரிதாபமான முயற்சி.

விர்ர்ர்ர்ர்...

கண்ணாடியில் என் வடிவம் ஒரு செகண்ட் நடுங்கியது. மிக மெலிதான நடுக்கம். விமான நடுக்கம். எதனால்? எதனால்? இந்த விமானத்தில் ஏதாவது ஒரு பாகம் களைத்து விட்டதா?

சே, என்ன எண்ணங்கள்! நீ ஒரு என்ஜினியர். ஞாபகம் வைத்துக் கொள். லேசில் இதையெல்லாம் நம்பலாமா? அறியாமையா உனக்கு? (ஆம்) பயமா உனக்கு? (ஆம்)... யார் இது. ஆம் ஆம் என்கிறது.

திரும்ப வந்து உட்கார்ந்தேன்.

ஒரே சுருதியில் கேட்டுக் கொண்டிருந்த என்ஜின்களின் குரலில் ஒரு மாறுதல் ஏற்பட்டது. வலது பக்கத்தில் அந்த மாறுதல் கேட்டது. சலனமே இல்லாமலிருந்த விமானம் இடது இடது இடது பக்கமாகச் சரிய அந்தச் சில செகண்டுகள் செகண்டுகள் என்று குழம்ப, என் மனத்தில் உள்ளில் வயிற்றில் பய வேகத்தில்

காதில் வேதனையின் 'குப்'... இடது சரிவு இடது சரிவு... சில செகண்டுகளுக்குப் பிறகு விமானம் ஒரு வழியாக நேர்ப்பட்டது.

அப்பொழுதுதான் 'ஸீட் பெல்ட் அணியுங்கள்' என்ற விளக்கு எரிந்து கொண்டிருப்பதைப் பார்த்தேன். பிரயாணிகள் ஒருவரை ஒருவர் பார்த்துக்கொண்டு பய வினியோகம் செய்து கொண் டோம். ஒலிபெருக்கியில் சத்தமாக வந்தது குரல்: 'லேடிஸ் அண்ட் ஜென்டில்மென்! பேசுவது உங்கள் காப்டன். இந்த விமானத்தில் ஒரு இன்ஜினில் கோளாறு ஏற்பட்டு இப்பொழுது சமாளித்து விட்டோம். ஒற்றை இன்ஜினின் சக்தியில் இந்த விமானம் நிச்சயம் செல்லும். நாம் நாக்பூர் அருகே இருக் கிறோம். நாக்பூரில் ரன்வேயின் நீளம் போதாது. அதனால் தெற்கே உள்ள ஹைதராபாத்திற்குத் திரும்புகிறோம்...'

ஆக, என் மனைவியின் கனவுக்கு மவுசு இருந்திருக்கிறது.

என்ன ஒரு முட்டாள் நான். இரண்டு மூன்று மணி முன்னதாகக் கிடைத்த எச்சரிக்கையை நிராகரித்தேனே!

தப்பித்து விட்டோம். தப்பித்து விட்டோம். தப்பித்...

இது என்ன?

எங்கேயோ ஏதோ எப்படியோ நிகழ்ந்து விட்டது. சமாளித்துச் சென்று கொண்டிருந்த விமானத்துக்குத் திடீரென்று வலிப்பு வந்ததுபோல் சிலிர்த்துக் கொண்டது.

என் வயிற்றில் பய நயாகரா.

சுற்றிச் சுற்றிச் சுற்றித் தடுமாறிய விமானம் கீழ் நோக்கித் தன் அம்புப் பாய்ச்சலைத் தொடங்கியது. 'ஜி' சக்திகளின் எக்காளம், அழுத்தம்.

கீழே

கீழே

கீழே

அலை அலைகளாய், நான் எழுதாத கதைகளும், சிரிக்காத ஹாஸ்யங்களும், அணைக்காத அணைப்புகளும், கொடுக்காத

கடன்களும், முத்தங்களும், நுகராத பூக்களும், சந்திக்காத மனிதர்களும், போகாத இடங்களும்...

விமானம் தரை மோதிச் சிதறுமுன் எனக்கு மயக்கமே வந்து என் உலகம் இருண்.....

டில்லி 'பாலம்' விமான நிலையத்தில் என் தம்பி என்னை வரவேற்கிறான்.

கேட்கிறான்: 'எப்படி இருந்தது பிரயாணம்?'

'பரவாயில்லை... ஹோஸ்டஸ் அழகாக இருந்தாள்' என்கிறேன்.

'டார்மாக்'கில் நடக்கிறோம். நான் கோட் அணிந்து கொள்கிறேன். மேலே தம்பியிடம் சொல்லுகிறேன்: 'இதில் ஒரு வேடிக்கை பார். வரும்போது ஒரு கதை படித்துக் கொண்டிருந்தேன். ஒரு கணவன் விமானத்தில் போகிறானாம். மனைவி, 'போகாதே கெட்ட சொப்பனம் கண்டேன். நீங்கள் நவம்பர் மாசம் 31ஆம் தேதி பிளேன் விபத்தில் செத்துப் போவது போல் கண்டேன்' என்கிறாளாம். அவள் கெஞ்சக் கெஞ்ச அவன் கேட்காமல் போகிறானாம். கெடியாரத்தைப் பார்க்கிறானாம். நவம்பர் 31 என்று காட்டுகிற தாம். விமானம் விழுந்து நொறுங்கி விடுகிறதாம்... சட்! என்ன கதை!'

'ஸில்லி!' என்கிறான் என் தம்பி.

9

எங்கிருந்தோ வந்தான்

விமான நிலையத்தில் ஏர் இண்டியா மகாராஜாவின் போஸ்டரின் கீழ், அந்தப் பெண்ணை இரண்டாவது தடவையாகச் சந்தித்தேன். சந்தித்ததில் சந்தோஷப்பட்டேன்.

நானும் அவளும் இந்தக் கதையில் அடிக்கடி வரப் போகிறோம்! எங்களைப் பற்றிச் சில வார்த்தைகள் சொல்வது கதைத் தொடர்ச்சிக்கு அவசியமாகிறது. மேலும், நான் அவளை முதலில் சந்தித்தது ஒரு விநோதமான விஷயம்.

ஒரு சினிமா டைரக்டர் நான். ஈஸ்ட்மென் வர்ணத்தில் நான் தயாரித்த படம் ஒன்று மூன்று தியேட்டர்களில் 61வது நாளாக விளையாடிக் கொண்டிருந்தது. 'ஜேஜே' என்று ஜனங்கள் மோது கிறார்கள். நூறு நாள்வரை எட்டும். இந்த மாதிரி மூன்று படங்கள் தயாரித்து விட்டேன். எனக்குத் தமிழ் சினிமாவின் ரசாயனம் புரிந்து விட்டது. ஆரம்பித்தபோது சத்யஜித் ரே, டிஸிகா என்று பெரிய 'நியோரியலிஸ'த்தில் தான் ஆரம்பித்தேன். முதல் படம் கவிழ்ந்தது. ஓர் அகலமான வாரப் பத்திரிகை மட்டும் 'பரவாயில்லை' என்று என் முதுகில் தட்டியிருந்தது. ஆனால், படம் மார்னிங் ஷோ கூட ஓடவில்லை. பப்படம். பணம் கொடுத்தவர் தற்போது கன்னியாகுமரியில் சாமியாராக இருக்கிறார். அப்புறம் பார்த்தேன். ஐயா, நம் தமிழ் ஜனங்களுக்குத் தேவை 'என் மகனையா திருடன் என்கிறாய்?' என்று யாரையாவது கன்னத்தில் பளாரென்று அடிக்கும் அம்மா, கேவிக் கேவி அழும் ஆண்கள், சுக்ரீவ தாசனின் ஜிங்கி லாரா ஜிங்கி லாரா பாடல்கள், 'த்சொ, த்சொ' கண்ணீர், திருக்குறள், சேலம் எக்ஸ்ட்ராக்கள்.

எல்லோரையும் சிரிக்க வைத்து சுபம் என்று முடித்து, மனச் சாட்சியைப் பார்ட் பார்ட்டாகக் கழற்றி வைத்துவிட்டு எடுத் தேன். என்ன ஆயிற்று? எனக்கு வருமான வரித் தொந்தரவும் 'தயாரிப்புச் சக்கரவர்த்தி' என்று பட்டமும் பொன்னாடையும்...

ஆனால், நான் இங்கே சொல்ல வந்தது என் மனச்சாட்சியைப் பற்றி அல்ல; சென்ற செப்டம்பர் மாதம் கொடைக்கானலில் இந்தப் பெண்ணைச் சந்தித்தது பற்றி. ஜெனரேட்டர்கள், ட்ரெயிலர்கள், காமிராக்கள், நடிகர்கள், ஜீப்கள் சகிதம் படப் பிடிப்புக்காக நாங்கள் கொடைக்கானல் சென்றிருந்தோம். படத் தயாரிப்பாளர் (இரும்பு வியாபாரம் செய்யும் கோவிந்தராஜ் என்பவர்) அங்கேதான் எடுக்க வேண்டும் என்று விரும்பினார். மேலும் கதாநாயகி நனைய ஏரி இருக்கிறது. வில்லன் குழந்தையைக் கவர்ந்து ஜீப்பில் செல்ல, அவனைத் துரத்த மலைப் பாதையில் வளைவுகள் இருக்கின்றன.

அங்கே ஒரு தரமான ஓட்டலில் நான் 'தனி'யாகத் தங்கியிருந் தேன். தனியாக என்பதைக் கொக்கி இட்டுக் காட்டியிருக் கிறேன். எனக்குக் கல்யாணம் ஆகவில்லை. ஒரு கப் ஐஸ் கிரீமுக்காக ஐஸ்கிரீம் கடையை எதற்கு வாங்க வேண்டும் என்பது என் பிலாஸபி. மேலும் எனக்குப் பெண்களைப் பற்றி நினைக்க நேரமில்லை (என் அவையடக்கம் என்னுடைய கதா நாயகர்கள் சிலரைவிட நான் அழகானவன் என்பதைக் கூற விடாமல் தடுக்கிறது!)

ஒரு தினம் மாலை. ஷூட்டிங்கை முடித்துவிட்டு, எல்லாவற்றை யும் உதறி எறிந்துவிட்டு, ஓட்டல் போர்டில் மூன்று ஃப்ரேம் ஸ்னூக்கர் ஆடிவிட்டு, தனியாக சாப்பிட்டு விட்டு, ஒரு பில்டர் சிகரெட்டைப் பற்ற வைத்துக்கொண்டு அடுத்த படத்துக்குச் சுரண்டப் போகும் ஆங்கில நாவலுடன் என் அறைக்குள் நுழைந்தேன். உதட்டில் ஒரு மெட்டுடன் அந்தப் பெண் உள்ளே படுத்திருந்தாள். மெட்டு நின்றது. படுத்திருந்தாள் என்றால் என்னமாக? சலூனில் காணும் படங்களில் காண்பது போல் நீளமாக, வில்லாக, சத்தியமாக அழகாக, அன்றைய காலைத் தபாலில் ரோமியோவிடமிருந்து வந்த கடிதத்தைப் படித்து முடித்த ஜூலியட் போல் ஒரு கையை உயரப் பிடித்துக் கொண்டு, என் 'டை'யைப் பார்த்து ரசித்துக் கொண்டிருந்தாள்.

என் டை!

இருந்தும் நான் சந்தேகித்தேன்... அறை தவறி வந்த விட்டோமோ என்று.

'மன்னிக்கனும் அறை தவறி வந்து விட்டேன்!' என்று நான் கிளம்பினேன்.

'உங்கள் ரூம்தான் சார்!' என்றாள் அவள்.

'அப்படி என்றால் நீ தவறி வந்து விட்டாய் போலிருக்கிறது; வெளியே போகிறாயா?'

'சார், எனக்குக் கடும் ஜுரம்; ஸாரிடோன் வேண்டும்.'

'இல்லை; உனக்கு வேண்டியது வெட்கம்!' என்றேன் நான்.

தோராக்ஸ் தெரிந்ததை உணர்ந்து அவள் உடையைச் சரி செய்து கொண்டாள் (தோராக்ஸ் என்பதற்கு அர்த்தம் என்னவென்று அறியும் ஆர்வமுள்ளவர்கள் அனாடமி தெரிந்தவர்களிடம் கேட்கவும்).

'யார் நீ? இங்கு எப்படி வந்தாய்?' என்றேன் நான் சினிமா ஞாபகத்தில்.

'சார், நீங்கள் என்னைத் தப்பாக எடுத்துக் கொள்ளக்கூடாது. எனக்கு...' என்று அவள் ஏதோ சொல்ல ஆரம்பித்தாள்.

நான் குறுக்கிட்டு, 'உனக்கு அப்பா இல்லை. அம்மா இல்லை. நீ ஒரு ஏழைப் பெண். உனக்குச் சினிமாவில் நடிக்க சான்ஸ் வேண்டும். அவ்வளவுதானே?' என்றேன்.

'எப்படிக் கண்டுபிடித்தீர்கள்? எல்லாம் தப்பு!' என்று அவள் சிரித்தாள்.

நான் அவள் சிரித்து முடிப்பதற்குக் காத்திருந்து விட்டு, 'நீ இங்கே இருப்பது தப்பு. ஒன்று நீ வெளியே போ, அல்லது... நீ வெளியே போ!' என்றேன்.

'கோபித்துக் கொள்ளாதீர்கள், சார்! நான் இங்கு வர நேர்ந்த சூழ்நிலையைப் பற்றி நான்கு வரிகள் சொல்ல என்னை அனுமதியுங்கள். நானும் என் சிநேகிதியும் கொடைக்கானலுக்குக் காரில் வந்தோம். என் அப்பா பெயர் விஸ்வா. நான் என் சித்தியுடன் இருக்கிறேன். என் அப்பாவுக்கு நிறையப் பணம் இருக்கிறது. எங்கள் வீட்டில் ஒரு நாய் இருக்கிறது...'

'அது வள் வள் என்று குரைக்கும்; வாலை ஆட்டும்...'

'ஊஹூம்; அதற்கு வால் கிடையாது. ஸில்வர் காஸ்கேட் அருகில் எங்கள் கார் டயர் பஞ்சராகி விட்டது. ஸ்டெப்னி போடுவது எப்படி என்பது எனக்குத் தெரியாது. அங்கிருந்து நடந்து நடந்து வந்தோம். என் சிநேகிதி தூர உறவினள் ஒருத்தி வீட்டில் தங்கி விட்டாள். நான் தனியாக வந்து விட்டேன். அப்பாவுக்குத் தந்தி கொடுத்தேன். நாளைக் காலை மெக்கானிக் வருவான். தனியாக வந்தது பைத்தியக்காரத்தனமாகப் போய் விட்டது. ஓட்டலில் ரூம் இருக்கிறதா என்று கேட்டால் ஒரு மாதிரி பார்க்கிறார்கள். தனியாக ஒரு பெண் இந்தப் பிரதேசத்தைச் சமாளிப்பது கஷ்டம் என்பதை அறிந்து கொண்டேன். தைரியமாக இளைஞர்கள் அருகில் வருகிறார்கள். விஸிலால் பேசுகிறார்கள். நான் தைரியமுள்ள பெண்தான். ஆனால், இரவாயிருக்கிறதே? சட்டென்று ஒரு காரியம் செய்தேன். இந்த ஓட்டல் நல்ல ஓட்டலாகத் தெரிந்தது. ஆனால், நிறைந்து இருந்தது. நேராக அந்த ஆளிடம் போய் 17ஆம் நம்பர் அறைச் சாவி கேட்டேன். அதில் உங்கள் பெயரைச் சொல்லி டைரக்டர் தங்கியிருப்பதாகச் சொன்னார்கள். அந்த அறையில் தான் நானும் தங்குகிறேன் என்றேன். மேலே ஒன்றும் கேட்காமல் சாவியை எடுத்துக் கொடுத்தார்கள். உங்களைப் பற்றி நான் பத்திரிகைகளில் நிறையப் படித்திருக்கிறேன். என் ஒரே பயம், நீங்கள் என்னைத் தப்பான பெண் என்று நினைத்துக் கொள்வீர்களோ என்பது...!'

'இப்பொழுது என்ன செய்வதாக இருக்கிறாய்?' என்றேன்.

'இன்று ராத்திரி இந்த அறையில் தூங்கப் போகிறேன்!'

'என்னது!' என்றேன் மூன்று ஆச்சரியக் குறிகளுடன்.

'நான் இதுவரை சொன்னது உங்களுக்கு அர்த்தமாகவில்லையா?'

'நீ இன்று இரவை இங்கே கழிப்பது முடியவே முடியாத காரியம்...'

டெலிபோனை எடுத்தேன். 'ரிஸர்வேஷன் ப்ளீஸ்' என்றேன். மேலும், அவளிடம் 'நீ சொல்வதை நம்புவதோ நம்பாமலிருப்பதோ என் கவலை இல்லை. உன் அணுகல் புது மாதிரியாக இருக்கிறது!' என்று சொல்லி விட்டு, 'ரிஸர்வேஷனா? எனக்கு ஒரு ரூம் மிக அவசரம்!' என்றேன்.

'சாரி, சாரி! எல்லா ரூமும் 'புக்' ஆகி விட்டது. நாளை இங்கே ஒரு பொடானிகல் கான்ஃப்ரன்ஸ்...'

'வேறு ஏதாவது ஓட்டலில் பாருங்களேன்!'

'சந்தேகம்!'

'முயற்சி செய்யுங்களேன்?'

'எதற்கும் நான் மறுபடியும் உங்களைக் கூப்பிடுகிறேன் சார்!'

போனை வைத்ததும் அவள் சொன்னாள்.

'நான்தான் சொன்னேனே!'

நான் பேசவில்லை.

'என்ன தீர்மானித்தீர்கள்?'

அவள் கண்களில் மையும் பயமும் சேர்ந்தாற்போல் தெரிந்தன.

'ஒன்றும் தீர்மானிக்கவில்லை.'

'நான் உங்களை ஒன்று கேட்கலாமா?'

'...லாம்!'

'நீங்கள் வெட்கப்படுகிறீர்களா?'

'இல்லை; நான் வெட்கப்படுவதை மூன்று வயசிலேயே விட்டு விட்டேன்!'

'என்னுடன் உறங்கத் தயக்கமாக இருந்தால் இருவரும் பேசிக் கொண்டே இருக்கலாம், இரவு முழுவதும்!'

'முடியாது; நான் தூங்க வேண்டும்.'

'சரி. நான் அந்தப் பாத்ரூமில் படுத்துக் கொள்கிறேன். உள்ளே தாளிட்டுக் கொண்டு?'

டெலிபோன் மணி அடித்தது. எடுத்ததும் சொன்னது;

'எல்லா ஓட்டல்களிலும் விசாரித்து விட்டோம். இடமில்லை.'

பதில் சொல்லாமல் வைத்தேன்.

'சார், நான் அந்தச் சோபாவில் படுத்துக்கொள்ளத் தயார்!'

'நான் தயாரில்லை!'

'சரி, இரண்டு பேரும் பேசிக்கொண்டிருக்கலாம். உங்களைப் பற்றி ஏதாவது சொல்லுங்களேன்?'

நான் ஒன்றும் சொல்லவில்லை.

'என்னைச் சரிதா பேபி என்று கூப்பிடுவார்கள்' என்றாள் அவள்.

'சரி, நீ சாப்பிட்டாயா?' என்றேன்.

'இரண்டு ஐஸ்க்ரீம் சாப்பிட்டேன்! பசியில்லை.'

'சரி, நீ தூங்கலாம்.'

'வந்தனம் சார், ரொம்ப ரொம்ப வந்தனம் சார்!'

அவள் படுத்தாள்.

'இனி நீ என்னை 'சார்' என்று கூப்பிடாமல் இருக்கலாம்' என்றேன்.

'வந்தனம் ஐயா!'

'சாரே பரவாயில்லை!'

'சரி, சார்!'

'உனக்குச் செஸ் ஆடத் தெரியுமா?'

'தெரியாது!'

'ஏதாவது படிக்கிறாயா?'

'வேண்டாம் சார், எனக்குச் சீட்டாடத் தெரியும். உங்களிடம் சீட்டுக் கட்டு இருக்கிறதா?'

'என்ன ஆட்டம்?'

'போக்கர்!'

'காசு வைத்து ஆடும் ஆட்டம் அல்லவா அது?'

'இல்லை; நாங்கள் வேறு விதமாக ஆடுவோம்.'

'எப்படி?'

'நாலு நாலு சீட்டுப் போட்டுக் கொள்ள வேண்டியது எப்பொழுதும் போல். ரன், ஃப்ளாஷ் எல்லாம் உண்டு. காசுக்குப் பதில் இப்படி... இப்பொழுது நீங்கள் தோற்றால் உங்கள் வாட்சைக் கழற்றி வைத்து விட வேண்டும்; நான் தோற்றால் என் வளையலைக் கழற்றி வைத்து விடுவேன். இப்படி ஆடிக் கொண்டே போக வேண்டும். இதற்கு 'ஸ்ட்ரிப் போக்கர்' என்று பெயர்.

நான் சட்டென்று பேச்சை மாற்றினேன். 'நீ படுத்துக் கொள்ள லாம்; போர்வை வேண்டுமா?' என்றேன்.

'வேண்டும்.'

எறிந்தேன். அதை வாங்கிக்கொண்டு, 'பாத்ரூம் எங்கே இருக் கிறது?' என்றாள். கண்ணாடியில் அவள் பின்புறம் தெரிந்தது. அந்தப் பின்புறம் அழகாக இருந்தது.

வளைய வேண்டிய இடத்தில் வளைந்திருந்தாள். அருகில் வைத்திருந்த சிறிய பெட்டியிலிருந்து சன்னமான நீலத் துணி ஒன்றை உருவினாள். டூத் பேஸ்ட் எடுத்தாள். பிரஷ் எடுத்தாள்.

பாத்ரூமில் 'ர்ஷக், ர்ஷக்' என்ற தேய்ப்பின் நடுவே 'ஸார், நாம் இருவருமே ஒரே டூத் பேஸ்ட் வகையை உபயோகிக்கிறோம்' என்றாள்.

'ரொம்ப சுவாரசியம்!' என்றேன்.

வெளியே வந்தவள் வேறு விதமாக இருந்தாள். இப்போது அவளை நான் அதிகமாகப் பார்த்தேன். பார்ப்பதற்கு வசதிகள் அவள் அணிந்திருந்த உடையில் இருந்தன...

'இங்கேதான் நான் படுத்துக்கொள்ள வேண்டுமா?'

'ஆம்.'

'நீளம் போதாதே?'

'காலை மடக்கிக்கொள்!'

'நான் உங்களுக்கு அதிகம் தொந்தரவு கொடுத்து விட்டேன், இல்லையா?' என்று சில பட்டன்களுடன் விளையாடிக்

கொண்டே கேட்டாள். இப்படிப் பேசிக்கொண்டே படுத்த சில நிமிஷங்களில் அவள் தூங்கி விட்டாள். நான் அவளைப் பார்க்கப் பயந்து விளக்கை அணைத்தேன். கட்டில் ஓரத்தில் கொஞ்சம் தூரத்தில் படுத்தேன். விளக்கைப் போட்டுக் கொண்டேன்; படிக்க முயற்சித்தேன். சிகரெட் பிடித்தேன். மறுபடியும் விளக்கை அணைத்தேன்; தூங்க முயற்சி செய்தேன். மேற்கு வங்காள மந்திரி சபை எத்தனை தடவை கவிழ்ந்தது என்று எண்ணத் தொடங்கினேன். என் உள்ளே 'டேப் ரிகார்ட'ரைத் திருப்பிப் போடுவதுபோல் அவள் வாக்கியங்கள், 'சார், சார்' என்று ஒலித்தன. தூங்கி விட்டேன். கனவு கண்டேன், அவளிடம் 'போக்கர்' ஆடி நிறைய ஜெயிப்பதாக...

'கனவா நனவா' என்று தெரியாத அவஸ்தை நிலை. என் எதிரில் அவள் தெரிந்தாள். அறை விளக்கு எரிந்து கொண்டிருந் தது. அவள் போட்டிருக்க வேண்டும். அதன் பிரகாசப் பின்ன ணியில் அவள் வளைவுகள் எனக்குப் புரிந்தன. 'சார்!' என்றாள் அவள்.

'ம்...'

'எனக்குத் தூக்கம் வரவில்லை!'

எழுந்து 'உட்கார்!' என்றேன்.

அருகே, அருகே... உட்கார்ந்தாள். அந்த ராத்திரியில், அந்தப் பகுதியின் மெதுவான கதியில் என் தயக்கங்கள் விலக, என் ஆதார நிலைகள் மட்டும் என்னிடம் எஞ்சியிருக்க அவள் எனக்கு அருகே, அருகே, அருகே...

'நீங்கள் படித்துக் கொண்டிருந்தீர்களே, அந்தப் புத்தகம் வேண்டும் எனக்கு!' என்றாள் அவள்.

'தலையணைக்கடியில் இருக்கிறது!' என்றேன். அவள் குனிந்து தலையணையின் கீழ் புத்தகத்தைத் தேட, அந்த ஒரு கணத்தில் எனக்கும் அவளுக்கும் இடைவெளி ஒரே நூல்தான் இருந்தது. அந்த அந்தரங்கம், அவள் மூச்சு, அவள் மென்மை - அதை ஒரு கணம்தான் அவள் அனுமதித்தாள். சரேல் என்று விலகினாள். 'மன்னித்துக் கொள்ளுங்கள் சார், நான் செய்வது பெரிய தப்பு... நான் எப்படியாவது என் சிநேகிதியைக் கண்டுபிடித்து அவளுட னேயே தங்குகிறேன்...'

'பேஷ், சரிதான்!' என்றுநான் வாய் விட்டுச் சொல்வதற்கு முன் அவள் ஒரே எட்டில் தன் பெட்டியைத் தூக்கிக்கொண்டு கதவைப் படேல் என்று சாத்தி விட்டுக் காணாமல் போய்விட்டாள்.

பால்கனி திறந்திருந்ததால் பால் நிலா தரையில் விளையாடிக் கொண்டிருந்தது.

அப்புறம் அவளை நான் பார்க்கவே இல்லை.

இப்பொழுது பம்பாய் செல்லத் தயாராகிக் கொண்டிருக்கும் போது, அவளை நான் விமான நிலையத்தில் பார்த்தேன். சந்தோஷப்பட்டேன்...

அவள் என்னை நோக்கி வந்து கொண்டிருந்தாள். அந்தக் கான்கிரீட் பிரயாண பூமியில் அவள் ஒரு தேவதைபோல் எதிரில் வந்து நின்று சிரித்தாள்.

'ஹலோ!' என்றாள்.

'அன்றைக்கு ஏன் அவ்வளவு அவசரமாகப் போய்விட்டாய்? அப்புறம் என்ன ஆனாய்?'

'ஏன், தொடர உத்தேசமா?'

'இல்லை. உன் நடத்தை எல்லா சினிமாக்களையும் தூக்கி சாப்பிட்டு விடும். ஒன்றும் புரியவே இல்லை...'

'இப்பொழுது புரியும். என் 'கஸின்' ஆனந்தைச் சந்தியுங்கள்.'

ஐந்தடி தள்ளியிருந்த ஆனந்த் என்கிற கண்ணாடி ஒல்லி வெளிப் பட்டு என் கையைப் பற்றிக் குலுக்கினான்.

'இட்ஸ் எ ப்ளெஷர்!' என்றான்.

நான் அவனைக் கவனிக்காமல், 'நீ என் கேள்விக்கு இன்னும் பதில் சொல்லவில்லை, சரிதா!' என்றேன்.

ஆனந்த், 'சார்! என்னிடம் ஒரு போட்டோ இருக்கிறது. அதை வாங்க நீங்கள் விரும்பலாம்' என்றான்.

நான் கடிகாரத்தைப் பார்த்து விட்டு, 'என் ஃப்ளைட்டுக்கு நேரமாகி விட்டது!' என்றேன்.

‘அதில் நீங்களும் இருக்கிறீர்கள்!’ என்றாள் அவள்.

‘என்னது! எதில் நானும் இருக்கிறேன்?’

‘அந்தப் போட்டோவில்.’

‘புரியவில்லை’ என்றேன்.

‘போட்டோவைப் பார்த்தால் புரியும்’ என்று தன் சந்தன நிறக் கைப்பைக்குள்ளிருந்து ஒரு கவரை எடுத்துப் பிரித்தாள்.

தபால் கார்டின் அளவில் அச்சாக விழுந்திருந்த போட்டோ. அதில் நான் சாய்ந்திருந்தேன்; என்மேல் அவள் சாய்ந்திருந்தாள்.

‘யுவர் அடென்ஷன் ப்ளீஸ்!’

ஒலிபெருக்கி வார்த்தைகள் எங்கள் மேல் விழுந்தன. ‘இந்தியன் ஏர்லைன்ஸ் பம்பாய் செல்லும் காரவெல் விமான சர்வீஸில் ஒரு மணி நேர தாமதத்தை வருத்தத்துடன் அறிவிக்கிறார்கள்... திருத்தப்பட்ட புறப்படும் நேரம்...’

ஆனந்த், ‘நல்லதாகப் போயிற்று. ரெஸ்டாரண்டில் தனியாக பிசினஸ் பேசலாம்’ என்றான்.

என் செக்ரட்ரியை இருக்கச் சொல்லிவிட்டு அவர்களுடன் ரெஸ்டாரண்டில் நுழைந்தேன். உட்கார்ந்தோம். ‘என்ன இதெல் லாம்?’ என்றேன்.

‘சார், இந்தப் போட்டோவுக்காகப் பாண்டிச்சேரியிலிருந்து பத்திரிகை நடத்தும் ஒருவர் 5,000 வரை போயிருக்கிறார்...’

‘சரிதா! என்ன இதெல்லாம், யார் இந்த ராஸ்கல்?’

அவள் பேசவில்லை. அவன் தொடர்ந்தான்.

‘டைரக்டர் சார்! யோசித்துப் பாருங்கள். தரமான குடும்பப் படங்கள் தயாரிக்கும் டைரக்டர் ஒரு பெண்ணுடன் சல்லாபிக்கும் போட்டோ வெளிப்பட்டால் உங்கள் பெயர் என்ன ஆவது?’

‘டேய், அயோக்கியா! நீ என்ன சொல்லுகிறாய்?’

‘உங்களிடம் தற்போது ஆறாயிரம் ரூபா இருக்குமா?’

‘இல்லை.’

'செக் புத்தகம் இருக்குமே. செக்ரடரி வந்திருக்கிறாரே?'

'இருந்தால்?'

'கிழியுங்கள். நேரமாகிறது. ஏ.ஜே. ஆனந்த் என்ற பெயருக்கு, க்ராஸ் செய்யாமல் ரூபா ஆறாயிரத்துக்கு உடனே அந்தப் போட்டோவும் அதன் நெகடிவும் உங்களுக்குக் கிடைக்கும்.'

'சரிதா, நீ என்ன சொல்லுகிறாய்?'

சரிதா பேசவில்லை.

'கொடுத்து விடுங்கள் சார். இந்தப் பணம் ஓர் இலவச ஆஸ்பத்திரி கட்ட எங்களுக்குத் தேவை... ஏன் 'உர்' என்று எம்.ஜி.எம். சிங்கம் போல் உறுமுகிறீர்கள்?'

'நான் உன்னைக் கேட்கவில்லை... சரிதா...!'

'சார், அன்று நடந்ததெல்லாம் நாடகம். பக்கத்து அறையில் நாங்கள் இருந்தோம். நடந்தது முழுவதும் ஜோடனை. பால்கனியின் ஓரத்திலிருந்து இவன் போட்டோ எடுத்தான். இது என் மூன்றாவது அனுபவம்...'

'ப்ளாஷ் இல்லாமல், சத்தமில்லாமல், அந்த அறுபது வாட் பல்ப் வெளிச்சத்தில் என்னமாக எடுத்திருக்கிறேன் பாருங்கள்! ரொம்ப வேகமான பிலிம். நானூறு ஏ.எஸ்.ஏ. நிறைய அபெர்ச்சர் கொடுத்து... மறுபடியும் பார்க்கிறீர்களா?'

'எனக்கு உன்னைப் பிடிக்கவில்லை. ஆனந்த்! உன்னைப் பற்றிப் போலீசில் ரிப்போர்ட் செய்யப்போகிறேன்!'

'பயங்காட்டாதீர்கள் சார், கோ அஹெட்.'

'சார், என்னை மன்னித்து விடுங்கள்.'

'ஆறாயிரம் ரூபா ரொம்ப சீப். ஒரு மந்திரியிடம் பத்து ரூபா வாங்கினேன். மத்திய சர்க்கார் உதவி மந்திரி, கல்யாணம் ஆகி மூன்று பெண்கள். சரிதா இல்லை; அப்போது பானு.'

'ஷட் அப்!'

'நீங்கள் முடிவு செய்யும்வரை நான் ஓய மாட்டேன்!'

'எனக்கும் ஒன்றும் புரியவில்லை; ஐந்து நிமிஷம் பேசாமல் இருங்கள். யோசிக்கிறேன்...'

'ஓ.கே. மிஸ்டர் தயாரிப்புத் திலகம்!'

ஒரு நிமிஷம்தான் யோசித்தேன். சொன்னேன்.

'நான் ஆறாயிரம் ரூபாய்க்குச் 'செக்' தருகிறேன். அந்தப் போட்டோவுக்காக... ஆனால், ஒரு கண்டிஷன். சரிதாவை என்னுடன் விட்டுவிட்டு நீ தொலைந்து போக வேண்டும். செக்கை வாங்கிக்கொள்... ஓடு... சரிதாவை நான் சில கேள்விகள் கேட்க வேண்டும். சம்மதமா?'

'சம்மதம்' என்றான்.

'என்ன சரிதா?'

'ம்' என்றாள் அவள், என்னை ஏறிட்டுப் பார்க்காமல்.

செக்ரடரியிடம் 'அப்புறம் சொல்கிறேன்' என்று சொல்லி அனுப்பி விட்டுச் செக் புத்தகத்தைக் கொண்டுவந்து ஆனந்த் பெயருக்கு அந்தத் தொகையை எழுதிக் கொடுத்தேன். அவனிட மிருந்து போட்டோவின் பிரதியையும் நெகடிவையும் வாங்கிக் கொண்டேன்.

'வேறு பிரதிகள்?'

'சத்தியமாகக் கிடையாது!'

'ஏதாவது வெளிப்பட்டால் உன்னை எலும்பு எலும்பாகக் கழற்றி விடுவேன்!'

'செய்யுங்கள்' என்று சொல்லி விட்டுச் சென்றான் ஆனந்த்.

'சரிதா!'

'ம்?'

'உனக்கு வெட்கமாக இல்லையா!'

'இல்லை, ஈஸி மணி சார்! மேலும் என்னைக் கேட்க நீங்கள் யார்?'

'எனக்கு உன்னைப் புரியவே இல்லை. சரி நான் உன்னை நிறுத்தினது உன் அந்தரங்கத்தைத் துருவிக் கேட்பதற்கு இல்லை.

பணம் சம்பாதிக்க எத்தனையோ வழிகள்; அதில் இது ஒன்று. இதன் வினோதத்தைவிட அன்று நீ என் முன் நடத்திய மிக இயல்பான நாடகம்தான் என்னைக் கவர்ந்தது. அவ்வளவு சுலபமாகப் பேசினாய்; நடித்தாய்; படுத்தாய்... எனக்கு ஒரு ஐடியா தோன்றியது. நீ 'ஸ்கிரீன் டெஸ்ட்'டுக்கு வருகிறாயா?'

'என்ன?'

'ஆம்; இப்போது நான் பம்பாய் சென்று அடுத்த வாரம் திரும்புவேன்... அடுத்த வியாழக்கிழமை ஜே ஆர்ட்ஸ் ஸ்டூடியோவில் என்னை வந்து பார். உன்னை சினிமாவில் நடிக்க வைக்கும் உத்தேசம் எனக்கு இருக்கிறது. நீ அன்று நடித்த நடிப்பு என்னைக் கவர்ந்து விட்டது. காமிராவுக்குப் பொருந்தினால் உன்னை அடுத்த படத்தில் அறிமுகப்படுத்துகிறேன்!'

சரிதாவின் கண்களில் நீர் ததும்பியது. 'சார், உங்களை நான் 'ப்ளாக் மெய்ல்' செய்து உங்கள் பணத்தைப் பிடுங்கினேன். அதற்கு நீங்கள் பிரதியாகச் செய்யும் இந்தக் காரியம்... சார், என்னால் நம்பவே முடியவில்லை.'

'நம்ப வேண்டாம். அடுத்த வாரம் வந்து என்னைப் பார்க்க மட்டும் மறக்காதே.'

நான் விமானத்தில் ஏறும்வரை இருந்து அவள் என்னை வழியனுப்பினாள்.

சரிதாவை அறிமுகப்படுத்தி நான் எடுத்த படம் ஒரு நைலான் இழையில் சென்ஸாரிடமிருந்து தப்பி ஒரு ஏகாதசியின்போது தமிழகமெங்கும் வெளிவந்தது. அந்தப் படத்தைப் பத்திரிகைகள் பாராட்டின.

படத்தில் சரிதா ஒரு 'பாஸ்ஸநோவா' நடனம் ஆடுகிறாள். அது மக்களைக் கவர்ந்து விட்டது. அந்த மேற்கத்திய இசைத் துடிப்புக்கு அமைவாக அவள் உடல் நெளிந்த நெளிவில், அசைந்த அசைவில், அதற்கெல்லாம் ஆதாரமாக இருந்த அவள் இளமைச் செழிப்பில், டிக்கெட்டுகள் வாரக் கணக்கில் விற்றுப் போயின.

இந்த வருஷம் சரிதாவின் வருஷமாயிற்று. பத்திரிகைகளின் அட்டையில், அழகு சாதனங்களின் விளம்பரத்தில் ஒயிலாக சோப்பைக் கையில் பிடித்துக்கொண்டு சிரிக்கிறாளே, அவள்தான்

சரிதா. அப்புறம் சந்தனாதித் தைலத்திலிருந்து ஃபைவ் ஹார்ஸ் பவர் பம்ப் வரை எந்த விளம்பரத்திலும் அவள்தான். 'நான் காரம் மணம் குணம் நிறைந்த ஜேம்ஸ்பாண்ட் சாம்பார் பவுடரையே உபயோகிக்கிறேன்' என்கிறாளே, அவளும் சரிதாதான்.

சரிதாவை மற்ற தயாரிப்பாளர்களும் வரவேற்றார்கள். என்னைக் கேட்காமலே பன்னிரண்டு கையெழுத்துப் போட்டு விட்டாள் அவள். என்னிலிருந்து எங்கோ எட்டாமல் போய் விட்டாள்.

சரிதாவை வைத்து எடுத்து இரண்டு திரைப்படங்களுக்கு அப்புறம் அவளை நான் பார்ப்பதே அரிதாகி விட்டது. மேலும் என்னைச் சம்பந்தப்படுத்தி ஒரு வழக்கு வேறு அப்போது நடந்து கொண்டிருந்தது. கோயம்புத்தூரிலிருந்து ராஜன் என்கிற ராஸ்கல் ஒருவன் தன் கதையை பார்சலில் அனுப்பியதாகவும் அதை நான் என் படத்தில் என்னுடைய பெயரில் உபயோகித்து விட்டதாக வும் நஷ்ட ஈடு கோரி வழக்குப் பதிவு செய்திருந்தான். இதன் உண்மை என்னவென்றால் இரண்டு பேரும் ஒரே இங்கிலீஷ் கதை யிலிருந்து எடுத்திருக்கிறோம்; அவ்வளவுதான். இந்த லட்சணத் தில் நான் நிஜமாகவே என்னை அர்ப்பணித்துக் கொண்டு எடுத்த ஒரு படம் பாதியில் நின்று விட்டது. அதை முடிக்க எனக்கு மேலும் ரூபா இரண்டு லட்சம் தேவையாயிருந்தது. அதைத் தர யாரும் முன் வரவில்லை. சினிமாவின் இந்தத் தூக்குத் தூக்கி சமாசாரம் எனக்கு ஏற்கெனவே அறிந்ததே. ஆனாலும், இவ்வளவு சீக்கிரத்தில் என்னை எல்லோரும் மறந்து விடுவார்கள் என்று நான் எதிர்பார்க்கவில்லை.

எது எப்படியிருந்தாலும் எனக்கு ரூபா இரண்டு இலட்சம் தேவை... அன்று காலைப் பத்திரிகையில் 'இன்று சரிதா இலங்கைக்குப் போகிறார்...' என்ற செய்தி வெளியாகியிருந்தது. அதைப் படித்ததும் நான் யோசித்தேன். எனக்கும் அவளுக்கும் துவங்கிய விநோத நட்புக்கு இந்த முடிவுதான் சரி என்று எண்ணிக்கொண்டு மீனம்பாக்கம் விமான நிலையத்திற்குச் சென்றேன்.

சரிதா வந்தாள். 'ஹலோ சரிதா' என்றேன்... பார்த்தாள்!

'ஹலோ! சௌக்கியமா? நீங்களும் சிலோன் போகிறீர்களா?' என்றாள்.

'இல்லை; உன்னைப் பார்க்கத்தான் இங்கே வந்திருக்கிறேன்!'

'ஃப்ளைட்டுக்கு நேரமாகி விட்டது. என் அட்ரஸ்தான் உங்களுக்குத் தெரியுமே, ஒருவாரத்தில் திரும்பி வந்து விடுகிறேன்...'

'என்னிடம் ஒரு போட்டோ இருக்கிறது; அதை வாங்க நீ விரும்பலாம்' என்றேன்.

'என்ன சொல்கிறீர்கள் நீங்கள்? அதே பழைய போட்டோவா?'

'ஆம்.'

'என்னிடம் திரும்ப விற்கப் போகிறீர்களா?'

'ஆம்.'

'வாருங்கள்! ரெஸ்டாரெண்டுக்குப் போகலாம்.'

அதே மேஜையில்தான் உட்கார்ந்தோம் என்று நினைக்கிறேன். உட்கார்ந்ததும் அவள் கேட்டாள்: 'எவ்வளவு சார் வேண்டும்?'

'இரண்டு லட்சம்!'

'மிகப் பெரிய வியாபாரி சார், நீங்கள்! ரூபா ஆறாயிரத்துக்கு ஒரு சாதாரண போட்டோவை வாங்கி, அதன் மதிப்பை உயர்த்த ஒரு பெண்ணுக்கு நடிக்க வாய்ப்பு அளித்து, அவளை ஸ்டாராக்கி... ம்... இரண்டு இலட்சம்தானே? தரச் சொல்கிறேன். ஆனால், இதில் எனக்கு ஓர் சந்தோஷம். நான் உங்களை ரொம்பப் பெரிய ஆசாமி என்று நினைத்துக் கொண்டிருந்தேன். நீங்களும் என்னைப் போல்தான் என்று இப்போதுதான் எனக்குத் தெரிகிறது!'

நான் அந்தப் போட்டோவின் நெகடிவை எடுத்தேன். 'இதோ இருக்கிறது, எடுத்துக்கொள்!' என்றேன்.

'பணம் எப்படித் தருவது?'

'வேண்டாம்!'

'ஏன் சார்...'

'விளையாட்டுக்குச் சொன்னேன். அந்த அதிர்ச்சி கொடுத்தால்தான் நீ என்னைப் பார்க்க வருவாய். நான் அந்தப் படத்தை பழைய

ஞாபகங்களுக்காக உனக்குப் பரிசளிக்க வந்தேன். தற்போது நீ இருக்கும் உச்சத்தில் அதற்கு நிறைய மதிப்பு இருக்கிறது. அதைப் பயன்படுத்தும் உத்தேசமும் எனக்கு இருந்தது. அது உன்னைப் பார்த்ததும் நீங்கி விட்டது. நீ இன்னும் அப்படியே இருக்கிறாய். ஒன்றரை வருஷ சினிமா உன்னை இன்னும் பழுதாக்கவில்லை. உன் இளமை இன்னும் விகசிக்கிறது. உனக்கும் எனக்கும் துவங்கிய விநோத உறவுக்கு இந்த வியாபார முடிவைக் கொடுக்க எனக்கு விருப்பமில்லை. இந்த ரகசியம் நம் இருவருக்குள் மட்டும் இருக்கப் போகிற பிரத்தியேகத் தன்மைக்கு இருபது லட்சம்கூட விட்டுக்கொடுக்க நான் தயார்! அதோ, உன் ஃப்ளைட்டை அறிவித்து விட்டார்கள், நீ போகலாம். இந்தா நெகடிவ்!'

சரிதா எழுந்திருக்கவில்லை. 'இந்த ஃப்ளைட் இல்லாவிட்டால் நாளைக்கு இல்லையா, நாளன்றைக்கு இல்லையா?' என்றாள்.

'நீ என்ன சொல்கிறாய்!' என்றேன்.

'இந்தப் படத்துக்கு நிஜமாகவே மதிப்பு இல்லாமல் செய்துவிட இன்னொரு வழி இருக்கிறதில்லையா?... திருநீர்மலை தேவஸ் தானத்திற்கு டெலிபோன் உண்டா?' என்றாள் அவள்.

எங்கள் திருமணம் திருநீர்மலையில் மிக அமைதியாக நிகழ்ந்தது.

10

படம் இல்லை நிஜம்

என் அறைக் கதவு திறந்ததும் தெரிந்தவன் நல்ல உயரமாயிருந்தான். அந்த உயரத்திற்கு ஏற்ப உடம்பு. கருநீல அரைக்கை சட்டையும் நீண்ட கைகளில் தெரிந்த தசை வலிவும் ஒன்று சேர்ந்த புருவங்களுமாய் வில் போல, உங்களுக்குச் சோர்வாக இருக்கிறதா என்று கேட்டு ஏதோ லேகிய மகிமை சொல்லும் விளம்பர யுவன்போல இருந்தான்.

என் வேலைக்குச் சரியான ஆள்தான்.

என் 'செக்ரடரி'யைப் போகச் சொன்னேன். இந்த இளைஞனை உட்காரச் சொன்னேன். சுற்று முற்றும் என் அறையின் செல்வச் சூழ்நிலையை ஒருவித ஆச்சரிய பயத்துடன் பார்த்துக் கொண்டிருந்தவன் என் எதிரே தயங்கி உட்கார்ந்தான்.

'பெயர் என்ன?'

'ஜயச்சந்திரன் ஸார்.'

'என்ன வேலை செய்கிறாய்?'

'சினிமாவிலே இருக்கிறேன் ஸார்.'

'சினிமாவிலே என்ன வேலை?'

'பாருங்கள் ஸார். இப்ப ஹீரோ வில்லன் இரண்டு பேரும் சண்டைப் போட்டுக்கறாங்க இல்லையா?... எல்லாச் சினிமாவிலும் இது உண்டு. அந்தச் சண்டையைக் கிட்டக் காட்டற போது ஹீரோவும் வில்லனும் சண்டை போடுவாங்க. அதையே

தூரத்திலோ பின் பக்கமாகவோ ரோஷமாக் காட்டறபோது ஹீரோவுக்காகச் சண்டை போடறது நான்தாங்க.'

'ம்ஹூம்.'

'இதுக்கு 'டூப்' என்று பேர். 'வல்லவன் சாவான்' என்கிற படத்தில் பாலத்திலே ஓரத்திலே குத்துச் சண்டை நடக்கிறது அல்லவா? அதிலே அப்படியே கவிழ்ந்து விழறாப் போல சரிஞ்சு 'கர்டரை' பிடித்துக்கொண்டு தொங்கறேனே அது நான்தான் ஸார். அப்புறம்...'

'நான் 'வல்லவன் சாவான்' பார்த்ததில்லை, இதற்கெல்லாம் என்ன கொடுப்பாங்க உனக்கு?'

'ஸார்?'

'எத்தனை பணம், பைசா? காசு?'

'ஐம்பது அறுபது நூறு. இப்படிப் படத்துக்குப் படம் மாறும், வேலையைப் பொறுத்து.'

'உனக்கு இரண்டாயிரம் ரூபாய் சம்பாதிக்க விருப்பமா?'

திறந்த வாய் அப்படியே திறந்து நின்றது. என்னைப் பார்த்தான்.

'எவ்வளவு சொன்னீங்க!'

'2000 ரூபாய்.'

'என்ன படம் ஸார்?'

'படம் இல்லை, நிஜம்.'

'எனக்குப் புரியவில்லை.'

'கேள்... உனக்குக் கார் ஓட்டத் தெரியுமா?'

'எனக்குக் கார் மட்டும் என்ன? லாரி, டிராக்டர், ரோடு இன்ஜின் எல்லாம் ஓட்டுவேன் ஸார். ரொம்ப அடிபட்ட ஆள் நான்.'

'கேட்ட கேள்விக்கு மட்டும் பதில் சொல்.'

'எனக்குக் கார் ஓட்டத் தெரியும் ஸார்.'

'நுங்கம்பாக்கம் தெரியுமா?'

‘தெரியும்.’

‘நுங்கம்பாக்கத்திலே ‘செயின் மேரிஸ் காலேஜ்’னு ஒரு காலேஜ் இருக்கே தெரியுமா?’

‘தெரியும். ரோடு வளைவிலே இன்கம்டாக்ஸ் ஆபீசுக்கு எதிரே. பெண்கள் காலேஜ்...’

‘அந்தக் காலேஜ்லே படிக்கிற ஒரு பெண்...!’

‘சொல்லுங்கள்’ என்றான் விண் என்று நிமிர்ந்து.

‘அந்தப் பெண் யார்னு என் ஆள் ஒருத்தன் உனக்குக் காண் பிப்பான். அவள் காலேஜ் விட்டதும் தினம் ஜெமினிவரை நடந்து பஸ் பிடிக்கிறாள். தனியாகத்தான் போகிறாள். வெள்ளி திங்கள் கிழமைகளில் ‘கேம்ஸ்’ ஆடி விட்ட இருட்டற சமயத்திலே வெளியில் வருவாள். நீ கார் எடுத்துக்கொண்டுபோய் அவளைக் கடத்திக்கொண்டு பழந்தண்டலம் தாண்டி ஓர் இடத்திலே கொண்டு வந்து விடணும். ஒத்தாசைக்கு...’

‘ஸார், கொஞ்சம் நில்லுங்க.’

‘என்ன?’

‘அந்தப் பெண், காலேஜ் படிக்கிற பெண், உங்களுக்கு என்ன ஆக வேண்டும்?’

‘இதையெல்லாம் நீ கேட்கக் கூடாது.’

‘நீங்கள் சொல்றதைப் பார்த்தால் அவளைப் பலவந்தமாக ‘ஃபோர்ஸ்’ பண்ணிக் கொண்டு வரணும். அப்படித்தானே?’

‘ஆமாம்.’

‘கொண்டு வந்து அந்த - என்ன இடம் சொன்னீங்க - அங்கே விட்டால் இரண்டாயிரம் ரூபாய் தருவீங்க.’

‘ஆமாம்.’

அவன் எழுந்தான். ‘ஸார் மன்னிச்சுக்குங்க. நான் இதற்கு வர வில்லை. இது கொஞ்சம் டேஞ்சரான விஷயம். சினிமாவா இருந்தா சரி, பலாத்காரம் செய்யறாப்பல செய்யலாம். அந்தப்

பெண் திமிறறாப்பலே திமிறுவாள். அவங்க படம் எடுப்பாங்க. அப்புறம் எல்லோரும் கலைந்துபோய் உட்கார்ந்து 'கோகோ கோலா' குடிக்கலாம். இது...? இது நிஜம் ஸார்! உண்மை. அந்தத் தெருவிலே என்ன ட்ராஃபிக்! அதிலே அவள் என்ன திமிறுவாள். கூச்சல் போடுவாள்! நான் வரலை சார். கார் நம்பரை நோட் பண்ணிப்பாங்க. உங்க கார்தானே?'

'கார் நம்பர் ப்ளேட்டை மாத்திக்கலாம். அந்த ரோடிலேதான் கடத்தணும் என்று நான் சொல்லலை. அவள் காலேஜிலிருந்து மாம்பலத்திலே வீட்டுக்குப் போகிற ரூட்டிலே எந்த இடத்தில் தனியாக இருக்கிறதோ அங்கே கடத்தலாம் என்று சொல்கிறேன். அப்புறம் 'பெண்ட தால்' கேள்விப்பட்டிருக்கிறாயா?'

'என்ன தால்?'

'பெண்ட தால். அதைப் பஞ்சிலே நனைச்சு மூக்கிலே வெச்சால் போதும். அப்படியே மயக்கமா விழுந்துடும். இரண்டு நிமிஷத்திலே பின் ஸீட்டிலே போட்டு...'

'வேண்டாம் ஸார். நான் அம்பேல்.'

'ஏண்டா?'

'இது தீவிரமான விஷயம். நான் ஏதோ பாவனைக்காரன். இது நிஜம் ஸார். எனக்குச் சரிப்பட்டு வராது. மாட்டிக் கொண்டால்... வீட்டிலே ஸிஸ்டர் யதர்!'

'மூவாயிரம் ரூபாய்!'

'இல்லிங்க. பணத்துக்காக இல்லை. 'பிரின்ஸிபி'ளுக்காக நான் இந்த வேலை செய்ய மாட்டேன்.'

'நாலாயிரம்' என்றேன்.

'இல்லை ஸார் நா... இப்ப நீங்க எவ்வளவு சொன்னீங்க?' நான் நான்கு விரல்களைக் காட்டினேன்.

'ஓ.கே. ஸார். செய்யறேன். ரொம்ப 'ரிஸ்க்'தான். ஆனால், உங்களைப் பார்த்தா நல்லவராகத் தெரியுறீங்க. உங்களுக்குச் செய்யாட்டா வேறு யாருக்குச் செய்யப் போகிறேன்.'

எல்லோருக்கும் ஒரு விலை இருக்கிறது.

‘சரி. நீ இதைத் தனியாச் செய்ய முடியாது. கூட ஒரு ஆளாவது வேண்டும். என் டிரைவரைப் பார்த்தாயே, அவன் போதுமா?’

அவன் சற்று யோசித்தான்.

‘உங்களுக்கு என்னிக்குத் தேவை?’

‘என்ன?’

‘அந்தப் பெண்தான்.’

‘ஒரு வாரத்திற்குள்.’

‘ஒரு நாள் இப்படி அப்படி இருந்தால்!’

‘பரவாயில்லை.’

‘எதற்குச் சொல்கிறேன் என்றால் உங்க டிரைவர் மூலம் அந்தப் பெண்ணைக் காட்டி விடுங்கள். மூன்று நாலு நாள் ‘வாட்ச் பண்றேன். அதன் போக்குவரத்து எப்படி, ‘ரூட்’ எப்படி... அப்புறம் ஒருநாள் காலையிலே வந்து கார் எடுத்துட்டுப் போறேன். சாயங்காலம் சேர்ப்பித்து விடுகிறேன்... உங்க டிரைவர் வேண்டாம். என் சிஷ்யன் ஒருத்தன் இருக்கிறான். நான் ஆணையிட்டால் கரண்ட் கம்பியைக்கூடத் தொடுவான். நாங்க இரண்டு பேர் போதும்.’

‘இரண்டு பேர் போதுமா?’

‘ஏன், பெண் கொஞ்சம் பாடி ஸ்ட்ராங்கா?’

‘அதற்கில்லை. இந்த மாதிரி வேலைக்கெல்லாம்...’

‘நான் ஒருத்தனே கூடச் சமாளிப்பேன் சார். ‘கொரியன் ஜா லாக்’குன்னு ஒரு வெட்டு சொல்லிக் கொடுத்திருக்கிறார் என் குருநாதர். பேர் சிதம்பரம். காலமாயிட்டார். கையைக் கத்தியா வைத்துக்கொண்டு கழுத்துத் தோள் வளையிலே ஒரு வெட்டு வெட்டணும். ஆள் 15 நிமிஷத்துக்கு எழுந்திருக்க மாட்டான். அப்புறம் எழுந்தால்கூட ஒரு வாரம் ஒரு சைடு வாங்கியே நடப்பான்... எனக்குக் ‘கராட்டே’ தெரியும் ஸார். செங்கல்லை ஒரே போடுலே இரண்டா வெட்டுவேன். செங்கல் இருக்கா?’

‘செங்கல் இல்லை. நம்பிக்கை இருக்கு.’

'சரி, இரண்டு மூன்று நாள் கவனிக்கிறேன். தனியான தெருவிலே பிடிக்கணும்.'

'அவளைச் சேதப்படுத்தக் கூடாது.'

'சார், பூ தெரியுமா உங்களுக்கு?'

'தெரியும்.'

'பூ கணக்காக் கொண்டுவந்து சேர்க்கிறேன். 'வல்லவனுக்கும் காலம் வரும்'கற படத்திலே கே.ஆர்.வி...'

'சரி சரி.'

'முன் பணம் ஒரு 500 ரூபாய் கொடுங்க, பாக்கியைச் சரக்கை டெலிவரி செய்துவிட்டு வாங்கிக் கொள்றேன். இன்னிக்கு உங்க டிரைவரைக் காண்பிக்கச் சொல்லுங்க. ஒரு தடவை பார்த்தால் போதும், மறக்க மாட்டேன்?'

ஐந்நூறு ரூபாய் வாங்கிக் கொண்டான்!

'ஸார், உங்ககிட்டே ஒன்று கேட்கணும். அந்தப் பெண்ணை நீங்க...?'

'கல்யாணம் செய்துக்கப் போறேன்.'

'ஓ...! (அவன் கண்கள் நம்பவில்லை). கல்யாணம் செய்துக்க இப்படிப் பலாத்காரமா...'

'ஜயச்சந்திரன்?'

'அதான் ஸார் என் பேர்.'

'நீ ஜாஸ்தி கேள்வி கேட்கிறாய்.'

'சரி சார். எந்த இடத்திலே கொண்டுவிட வேண்டும்?'

'திருநீர்மலை தாண்டி வரணும். 18வது மைல் கல்லிலே பழந் தண்டலம் என்று ஒரு கிராமம். அதையும் தாண்டி ஒரு பர்லாங் தூரத்திலே இடது பக்கம் ஒரு மண் ரோடு போகும் தூரத்திலே ஒரு பண்ணை தெரியும். சோலையா இருக்கும். அதன் மத்தியிலே ஒரு சின்ன பங்களா இருக்கும். அதிலே கொண்டு வந்துவிட வேண்டும்.'

'தனியான இடம்?'

'ஆமாம்.'

'ஆமாம்.'

'அதிலே நீங்க இருப்பீங்க.'

'கூட...?'

'கூட யாரிருந்தால் உனக்கென்ன?'

'இல்லே, நான் கேட்கிறது உங்களைப் பற்றியோ, அந்தப் பெண்ணைப் பற்றியோ ஆர்வத்தினாலே இல்லை. என்னுடைய ஜாக்கிரதை எனக்கு முக்கியம். இந்த விஷயத்தை எவ்வளவு குறைவான பேர் பார்க்கிறார்களோ அவ்வளவு எனக்கு நல்லது. உங்களுக்கும்தான். அதனால்தான் கேட்டேன்.'

'சரி. கூட இரண்டு ஆட்களும் வயசான ஒரு அம்மாவும் இருப் பாங்க.'

'அங்கே உங்களுக்குக் காவலுக்குப் பந்தோபஸ்த் இருக்கிறது.'

'ம்.'

'என் வேலை என்ன? அந்தப் பெண்ணை அங்கே கொண்டுவந்து சேர்த்துடணும்.'

'ஆமாம். சேர்த்த உடனே உனக்குப் பாக்கிப் பணம் தயாராக வைத்திருப்பேன். அதை வாங்கிக்கொண்டு நீ நடையைக் கட்ட வேண்டியது. அத்தோடு உனக்கும் எனக்கும் சம்பந்தம் முடிந்து விடும்.'

'அல்லது வேறு ஏதாவது பெண்ணைக்...'

'அதிகம் பேசாதே நாயே!'

'மன்னிக்கணும் சார். கோபிக்காதீங்க... சரி. உங்கள் டெலிபோன் நம்பர் வேணும்.'

'எதற்கு?'

'நான் தயார் ஆனதும் உங்களுக்கு ஒருநாள் முன்பே டெலிபோன் செய்து விடுவேன். நீங்களும் தயாராக வேண்டாமா? மறுநாள் காலையிலே வந்து கார் எடுத்துக்கொண்டு போகிறேன்.'

டெலிபோன் எண்ணைச் சொன்னேன். எழுதிக் கொண்டான்.

'ஜயச்சந்திரன், உன்னை நான் நம்பலாமா?' என்றேன்.

'நம்ப வேண்டாம் சார். உங்க 'செக்ரட்ரிக்கு' நான் இருக்கிற இடம் தெரியும். நான் இந்த ஐந்நூறு ரூபாயை எடுத்துக் கொண்டோ, உங்க காரை எடுத்துக்கொண்டோ வேறு எங்கேயும் போய்விட முடியாது. வீட்லே அம்மா, தங்கச்சி. எனக்கு வேற இடத்திலே பிழைப்புக் கிடையாது. எனக்கு இந்தச் சினிமாத் தொழிலிலே வெறுப்பு. லட்சக் கணக்கிலே பணம் அவங்க வாங்கறாங்க, அவங்க படவேண்டிய உதையெல்லாம் நான் பட்டுக்கறேன். எனக்கு நூறு ரூபாய் தராங்க. இதுக்காகக் கவுந்து விழறேன். ரெயில்லே மோஷன்லே ஏறறேன்... எவ்வளவு... இதையெல்லாம் விட்டுத் தொலைக்க உங்க நாலாயிரம் உதவும்.'

'விநோதம்.'

'எதற்குச் சொல்ல வந்தேன்... நீங்க என்னை நம்பலாம்...'

ஜயச்சந்திரன் புறப்படுவதற்கு முன் என் மேஜையிலிருந்த 'பேப்பர் வெய்ட்'டைப் பார்த்தான்.

'இது உங்களுக்குத் தேவையா?' என்றான்.

'உனக்கு வேண்டுமென்றால் எடுத்துக்கொண்டு போ' என்றேன்.

'அதற்கில்லை... பாருங்க' என்று தன் பையிலிருந்து கைக் குட்டையை எடுத்து அதைச் சுற்றினான். தன் இரு கைகளுக்கு இடையில் வைத்து அந்தப் பேப்பர் வெய்ட்டை அழுத்தினான். அவன் தசைகள் இறுகின. முகத்தில் மாறுதல் இல்லை.

'பேப்பர் வெய்ட்' உடைந்தது.

கைக்குட்டையை விரித்து அந்தச் சுக்கல்களைக் காண்பித்து விட்டு, அவைகளைக் குப்பைக் கூடையில் கொட்டிவிட்டு, 'கராட்டே' என்று சொல்லிச் சிரித்து விட்டுச் சென்றான்.

எனக்குக் கொஞ்சம் பயமாகக்கூட இருந்தது.

சரியாக ஒரு வாரம் கழித்துப் போன் செய்தான், மறுநாள் காரை வந்து எடுத்துப் போவதாக. 'நாளைக்குச் சாயங்காலம் முடிந்து விடும். காலேஜிலே இருந்து நாலு நாற்பத்து ஐந்துக்குத்

திரும்புகிறாள். ஜெமினி பக்கம் போவதில்லை. நுங்கம்பாக்கம் போலீஸ் ஸ்டேஷனில் பஸ் பிடிக்கிறாள். ஒன்பது அல்லது பத்து. பவர் ஹவுஸில் இறங்குகிறாள். பவர் ஹவுஸ் தாண்டி பழைய கிருஷ்ணா பிக்சர்ஸ் தாண்டி முதல் 'கட்டிங்'கிலே வலது பக்கம் திரும்புகிறாள். இந்தத் தெருவிலே அதிக ஜனம் கிடையாது. இங்கேதான் கவர உத்தேசித்திருக்கிறேன்' என்றான்.

'நல்லது.'

'சார்... அந்தப் பெண்... நல்ல அழகு' என்றான்.

டெலிபோனை வைத்து விட்டேன்.

பண்ணை வீட்டில் எல்லாம் தயாராக இருந்தது. கெங்கா, சத்ய நாதன், ராம்சிங் மூவரும் உடன் இருந்தார்கள். சமாளித்து விட லாம். அதிகப் பேரும் கூடாது. சௌகரியமான வீடு. எல்லா இடத்தில் இருந்தும் குறைந்தது ஒரு மைல் தூரத் தனிமை.

மாலை இருட்டில் ஆறரை கடந்ததும் புழுதியைக் கிளப்பிக் கொண்டு வந்தது என் கார். ராம்சிங் என் பக்கத்தில் இருந்தான்.

காரின் உள்ளே இருட்டாக இருந்தது. ஜயச்சந்திரன் டிரைவர் பக்கம் கதவைத் திறந்ததும் உள்ளே விளக்கு எரிந்தது. பின் ஸீட்டில் அவள் படுத்திருந்தாள் மயக்கமாய்.

'இந்தப் பெண்தானே?' என்றான்.

'ஆமாம், வேறு ஒருத்தரும் வரவில்லை?'

'கூட வந்தவனைத் தாம்பரத்தில் இறக்கி விட்டேன். கொஞ்சம் மயக்கத்தில் இருக்கிறாள். பயப்படாதீங்க.'

'உள்ளே கொண்டு போகலாமா? ராம்சிங்!'

'இருங்க. இருங்க. இரண்டு தலைகாணி கொண்டு வாங்க.'

ராம்சிங் தலையணைகளுக்காக உள்ள சென்றான்.

ஜயச்சந்திரன் என்னைப் பார்த்துச் சிரித்தான்.

'கச்சிதமான அற்புதமான வேலை சார்! அதிகம் பலம் பிரயோகம் பண்ணலை. மயக்கமாவது மருந்தாவது. ஒரு தட்டு, அவ்வளவு

தான். விழுந்து விட்டாள். அள்ளிக்கொண்டு வந்தேன். பணம் கொடுக்கறீங்களா?'

என் பையில் தயாராக வைத்திருந்த பணத்தைக் கொடுத்தேன்.

'எண்ண வேண்டாம்' என்று பையில் போட்டுக் கொண்டான். 'அப்ப' என்று கிளம்ப இருந்தவன், மறுபடி என்னைப் பார்த்துச் சிரித்தான் 'சார்!'

'என்ன?'

'நீங்க ரொம்ப கெட்டிக்காரர் எல்லா விதத்திலேயும். நம்பர் பிளேட்டை மாத்தியிருக்கீங்க. இந்த மாதிரி விஷயங்களுக் காகவே சோலையிலே தனியா ஒரு இடம். கில்லாடி ஸார்!.. ஆனால்... ஒண்ணு மட்டும் தப்புக் கணக்குப் போட்டிருக்கீங்க. அதாவது என்னை! போன வாரம் முழுக்க தினம் தினம் அந்தப் பெண்ணைச் சந்திச்சேன் ஸார். சந்திச்சு நிறையப் பேசினோம். தைரியமான தனியான பெண். இந்தப் பெண்ணுக்குத் தேவை ஒரு துணை! அந்தத் துணை நான்தான் ஸார்...'

'ஐய்! அவனோட ஜாஸ்தி பேசாதீங்க. வாங்க போகலாம்' என்று காரிலிருந்து பெண் குரல்கேட்டது. அவள் எழுந்து உட்கார்ந்து ஜன்னல் வழியாக எங்களைப் பார்த்துக் கொண்டிருந்தாள். என்னைப் பார்த்துச் சிரித்து 'ஹலோ ரோமியோ!' என்றாள். எனக்கு வரப் போவது திடீரென்று புரிந்தது.

'ராம்சிங்! சத்யா!' கூவினேன்.

ராம்சிங் ஓடி வந்தான். 'பிடி அந்த ஆளை, நொறுக்கு!'

ஜயச்சந்திரன், என் ஆளான ராம்சிங்கை வரவேற்று அவனைக் கட்டாகத் தூக்கித் தூரத்தில் எறிந்தான். சில பூந்தொட்டிகள் சிதறின. விழுந்தவன் எழுந்திருக்கப் பதினைந்து நிமிடம் ஆகும் போலிருந்தது. சத்யநாதன் திடுதிடுவென்று ஜயச்சந்திரனை இலக்காக வைத்து ஓடினான். எனக்குச் சரியாகத் தெரியவில்லை. அவன் அகல முதுகு மறைத்தது. 'யக்' என்று ஒரு சத்தம்தான் கேட்டது. சத்யநாதன் ஜயச்சந்திரன் மேல் மடங்கி விழ மறுபடி ஒரு 'யக்'.

சத்யநாதன்!

ஜயச்சந்திரன் என் அருகில் வந்தான். பிடித்தான்! நிமிருவதற்குள்...

'கொரியன் ஜாலாக் தெரியுமா ஸார்! இதுதான்...'

விர்ஷ்.

என் காதில் ஒரு காற்றடித்தது. என் தோளில் ஓர் இடி விழுந்தது. என் கண்ணுக்குள் மின்னல்கள் மின்னின.

என் காரில் அவன் பாய்வதையும், அவர்கள் கிளம்பி விரைந்த புழுதிப் படலத்தையும் பார்த்த பிறகுதான் எனக்கு மயக்கம் வந்தது.

11

1000 வருடங்கள் உயிருடன் இருப்பது எப்படி?

மாலதியைப் பார்க்கப் போனபோது டாக்டர் ராகவானந்தம் மட்டும்தான் வீட்டில் இருந்தார். 'மாலதி எங்கே டாக்டர்?' என்றேன்.

'மாலதி கடைக்குப் போயிருக்கிறாள். திரிபலை வாங்கி வரச் சொன்னேன். வா பையா, உட்கார்' என்றார்.

'டாக்டர், ஏன் தலைகீழாக நிற்கிறீர்கள்?' என்று கேட்டேன்.

டாக்டர் நிமிர்ந்தார். 'யோகாசனத்தில் விஷயம் இருக்கிறது பையா. உட்காரேன். ஒரு சுவாரஸ்யமான விஷயம் உன்னிடம் சொல்ல வேண்டும்' என்றார்.

'மாலதி இல்லையா?'

'வந்து விடுவாள், உட்கார்.'

'டாக்டர், நான் போய்விட்டு அரை மணியில் வருகிறேன். கொஞ்சம் அர்ஜெண்டாக வேலை இருக்கிறது.'

'என்ன வேலை?'

'பார்பர் ஷாப் போக வேண்டும்.'

'உட்கார்' என்றார் டாக்டர். 'இதிலே வேடிக்கை என்ன தெரியுமா பையா? நான் தஞ்சாவூர் போய்விட்டுத் திரும்ப வந்ததும் முந்தாநாள் மயிலாப்பூரிலே ஒரு மீட்டிங்கிலே பேசினேன்;

பொதுவான விஞ்ஞான ஆராய்ச்சி பற்றி. தமிழில்தான் பேசினேன்; பேச்சிலே ‘நாம் ஒண்ணும் புதுசா ஆராய்ச்சி பண்ண ஸப்ஜெக்ட் தேட வேண்டாம். நம்ம பழைய தமிழ்ப் பாட்டுக்களிலேயே எவ்வளவோ ஸ்கோப் இருக்கிறது. உதாரணமா 17ஆம் நூற்றாண்டைச் சேர்ந்த செந்தில்நாதப் புலவர் ஆயிரக்கணக்கிலே பாட்டெழுதி இருக்கிறார், விதவிதமான வைத்திய முறைகளையும், மூலிகைகளையும் பற்றி. அதையே ரிஸர்ச் பண்ணலாம். அந்த முறைகள் எல்லாம் என்னன்னு கண்டுபிடிக்கலாம்’னு சொன்னேன். பேச்சு முடிந்ததும் என்ன ஆச்சு தெரியுமா?’

‘ஸோடா சாப்பிட்டீர்களா?’

‘சாப்பிட்டேன். ஹாலை விட்டு வெளியே வந்தேன். சாயங்கால இருட்டு. வாசலிலே ஒரு பெரியவர் நின்று கொண்டிருந்தார். ‘வணக்கம்’னார். ‘செந்தில்நாதப் புலவர் எழுதிய பாட்டுக்களைப் பற்றிச் சொன்னீர்களே, அந்தப் பாடல்களை எங்கே பார்த்தீர்கள்?’ என்று கேட்டார். ‘ஏன், உங்களுக்கு ஆராய்ச்சி பண்ணனுமா?’ என்று கேட்டேன், ‘தேவையில்லையே, நான்தானே செந்தில் நாதப் புலவர்’ என்றார்.

எனக்கு - அதாவது டாக்டரிடம் கதை கேட்டுக் கொண்டிருந்த - இந்த இடத்தில் உதைத்தது. ‘டாக்டர், கம் எகய்ன். என் ஞாபக சக்தியில் பழுதில்லை என்றால், சுமார் 12 வரிகளுக்கு முன்னால் செந்தில்நாதப் புலவர் என்பவர் 17ஆம் நூற்றாண்டு ஆசாமி என்று சொன்னீர்கள் என்ற நினைக்கிறேன்.’

‘ஆம்.’

‘17ஆம் நூற்றாண்டில் இருந்தவர் இன்னும் உயிரோடு இருக்கிறாரா?’

‘இன்னும் உயிரோடு இருக்கிறார்.’

‘இப்ப இருக்கிறாரா?’

‘இப்ப இருக்கிறார். இந்த வீட்டு மாடியிலே உட்கார்ந்திருக்கிறார்.’

‘டாக்டர்! அந்தக் கூட்டம் எங்கே நடந்தது என்று சொன்னீர்கள்? கீழ்ப்பாக்கத்திலா?’

‘மைலாப்பூரிலே.’

நான் சிரித்தேன்.

'பையா, நீ நம்பலையா?'

'இதை நம்பச் சொல்கிறீர்களா டாக்டர்?'

'மாடியிலே இருக்கிறாரே!'

'செந்தில்நாதப் புலவர்?'

'டிட்டோ.'

'17ஆம் நூற்றாண்டு?'

'டிட்டோ.'

'டாக்டர், மன்னிக்கவும், ஏதாவது போட்டிருக்கிறீர்களா?'

'புரியவில்லை. பையா, நீ சந்தேகப்படுவாய். நம்ப மாட்டாய். நானும் முதலில் நம்பவில்லை. இது ஏதோ க்ராக் என்றுதான் நினைச்சேன். ஆனா அந்த ஆசாமியோட கொஞ்சம் பேசினப் புறம் எனக்கு அவர் சொல்றது பொய்யில்லை என்று தெரிந்தது. ஈஸ்ட் இண்டியா கம்பெனி காசு வெச்சிருக்கார்!'

'கட்டபொம்மனுக்குக் கத்தி தீட்டினேன்னு சொன்னாரா? நீங்க நம்பிட்டீங்களா?'

'பையா, நான் அந்த ஆளை லேசிலே நம்பவில்லை. வீட்டுக்குக் கொண்டு வந்து ஒருநாள் பூரா அவரை ஸைண்டிஃபிக்கா செக் பண்ணிட்டுத்தான் நம்பினேன். அந்த ஆள் ஒரு வொண்டர். ஒரு ஆச்சரியம்.'

'டாக்டர், அந்த ஆள் 17ஆம் நூற்றாண்டு என்றால் அவருக்குச் சுமார் முன்னூறு வயசு ஆகி இருக்கணும், தெரியுமா?'

'அவருக்குச் சரியாக முன்னூற்றிரண்டு வயசு ஆகிறது. 1667லே பிறந்தவர்.'

'1667லே பிறந்தவர் மாடியிலே உட்கார்ந்திருக்கார். என்ன காய கல்பம் சாப்பிட்டாரா?'

'பையா, அவர் சாப்பிட்டது காயகல்பம் இல்லை. அது தேவ லோகத்துக் கற்பனை. அவர் மருந்துக்கு ஸைண்டிஃபிக்கா எக்ஸ்ப்ளனேஷன் இருக்கிறது பையா. முதுமைங்கறது எதனால

வருகிறது தெரியுமா? எல்லாவற்றுக்கும் இருதயத் துடிப்புதான் காரணம். ஒவ்வொருத்தருக்கும் வாழ்க்கையிலே மொத்தம் இவ்வளவு இருதயத் துடிப்புன்னு கணக்கு. இருதயம் ஒரு மிஷின். அதன் ஆரோக்கியத்துக்கு ஏற்ப இத்தனை தடவை அடிச்சதும் மிஷின் கடியாரம் நின்றுபோய் விடுகிறது. வாழ்நாள் என்கிறது இவ்வளவு வருஷம் என்று கணக்கில்லை. இவ்வளவு இருதயத் துடிப்பு என்றுதான் கணக்கு. மேலே உட்கார்ந்திருக் கிறாரே மகான், செந்தில்நாதப் புலவர், அவருடைய இருதயம் நிமிஷத்துக்கு நூறு தடவை அடிக்கிறதில்லை. இரண்டே இரண்டு தடவைதான்!'

'டாக்டர், இது எப்படி சாத்தியம்?'

'சாத்தியமில்லைன்னுதான் நினைத்தேன். பையா அவர் இருதயத் துடிப்பை நான் கார்டியோகிராம் ஒன்று கொண்டுவந்து ரிகார்ட் பண்ணிக்கூடப் பார்த்தேன். சரியா நிமிஷத்துக்கு இரண்டு தடவைதான் அடிக்கிறது. டக்... ஒரு முப்பது செகண்ட் கழிச்சு... டக். மறுபடி ஒரு முப்பது செகண்ட் கழிச்சு டக்... இந்த ரேட்டுக்கு ஏற்ப அவருடைய மெடபாலிஸமே மாறி விட்டது. நீ பார்த்தால்தான் நம்புவே. ஆச்சரிய சாதனை. பையா, இந்த ரகசியத்தை ஒருத்தரிடமும் சொல்லாதே. வா, அவரைப் போய்ப் பார்க்கலாம்.'

மாலதி வந்தாள். செந்தில்நாதப் புலவரின் மருந்து தேவையில் லாமலே சென்ற மாதம் பார்த்ததைவிட இன்னும் இளமையாக இருந்தாள். 'அப்பா. அந்தப் பட்சி போயிட்டாரா?' என்றாள், மாடியைப் பார்த்துக் கொண்டு.

நான், 'அவர் போறதுக்கு இன்னும் 1676 வருஷம் ஆகும் என்கிறார் டாக்டர். சரிதானே டாக்டர்?' என்றேன்.

அவள் என்னைப் பார்த்து, 'சரியான நட்டைக் கொண்டுவந்து உட்கார்த்தி வைத்திருக்கிறார்... நீயும் இந்தக் கோஷ்டியில் சேரு கிறாயா? சென்ற 24 மணி நேரத்திற்குள் அவர் வாங்கி வரச் சொன்ன வஸ்துக்களைக் கேள்!' என்று லிஸ்ட்டிலிருந்து படிக்க ஆரம்பித்தாள்!

'ஆவாரங்குச்சி 108

இளநீர் 2

நாமக்கட்டி 2

திரிபலை

துமிட்டிக்காய்

கடுக்காய்

லவங்கம்

ரவிந்திர சூர்ணம்...

ஃப்யூ! அந்த ஆள் பைத்தியமில்லை; பைத்தியக்காரர்களின் மகாநாடு!'

டாக்டர் சிரித்தார். 'மாலதி, உனக்குத் தெரியாது. உனக்கு விவரமாகச் சொன்னாலும் தெரியாது.'

'அந்த ஆள் ஒரு க்வாக். நீ என்ன சொல்கிறாய்?' என்றாள் மாலதி.

'நான் இன்னும் பார்க்கவில்லை அவரை' என்றேன்.

'யாராவது முன்னூறு வருஷமாக உயிரோடு இருக்கிறேன் என்று சொன்னால் அதை நம்பி மாடியிலே உட்கார்த்தி வைத்துச் சாப்பாடு போடுகிறதா?'

'பையா, பெண்களுக்கு, அதுவும் மாலதிபோல் நான்-ஸைண்டிஃபிக் ஆசாமிக்கு இதெல்லாம் சொல்லி வியர்த்தம். வா, அவர் திரிபலைக்காகக் காத்திருக்கிறார். போய்ப் பார்க்கலாம்' என்றார்.

'மாலதி, நீயும் வாயேன்' என்றேன்.

'நான் நேற்றுப் பார்த்ததே போதும். ராத்திரி எல்லாம் கெட்ட கனா. எனக்கு இதைவிட முக்கியமான வேலை இருக்கிறது. நெயில் பாலிஷ் போட்டுக்கொள்ள வேண்டும்' என்றாள்.

டாக்டர் மாடிக்குச் செல்ல, நான் தயங்கிக்கொண்டே உடன் சென்றேன். தயங்கி நுழைந்தேன்.

'வருக!' மேஜைக்கு அடியிலிருந்து குரல் கேட்டது.

கூர்ந்து பார்த்ததில் மேஜை அருகில் அந்தப் பக்கம் கீழே சப்பணம் கட்டிக்கொண்டு உட்கார்ந்திருந்தார் ஒருவர்.

டாக்டர் சொன்ன 60, 65 வயதுதான் மதிப்பிடலாம். டாக்டரின் சட்டை ஒன்றை அணிந்துகொண்டு லீவு எடுத்துக்கொண்ட ரிஷி மாதிரி உட்கார்ந்திருந்தார். மானாவாரியாகத் தாடி மீசை. எதிரே சம்பந்தா சம்பந்தமில்லாத வஸ்துக்கள் சிதறியிருந்தன.

'புலவரே! இவர் என் நண்பர்!' என்றார் டாக்டர்.

புலவர் என்னைப் பார்த்தார். ஏற இறங்கப் பார்த்தார்.

நான், சுத்தத் தமிழில் உடனே 'வணக்கம் அய்யா' என்றேன்.

புலவர் சிரித்தார். ஷூ பாலிஷ் போடும் பிரஷ் சிரிக்கிறார் போல.

'உம்மைப் பார்த்திருக்கிறேன்' என்றார்.

'எம்மையா?' என்றேன்.

'ஆம். உம்மைத்தான்' என்றார்.

'எம்மே?' என்று கேட்டேன்.

'நினைவில்லையா?'

'நான் உம்மைப் பார்த்ததில்லை' என்றேன். சிரித்தேன்.

'சிரிக்காதீர்' என்றார்.

'சிரிக்கவில்லை' என்றேன்.

'திரிபலை வந்ததா?' என்றார்!

டாக்டர் பொட்டலத்தைப் பிரித்துத் தந்தார். 'புலவரே, இது போதுமா?'

'போதும்.'

'புலவர் நீவிர் என்ன செய்யப் போவீர்?' என்று கேட்டேன்.

'உம் நண்பருக்குத் தெரியாதா?' என்றார் டாக்டரிடம்.

'அந்த மருந்தைத் தயார் செய்யப் போகிறார்' என்றார் டாக்டர். மேலும், 'இருவரும் நம்ப மறுக்கிறார்கள். உங்களுக்கு முன்னூறு வயதென்று' என்றார்.

'இயல்பே! இயல்பே! ஒவ்வொரு நூற்றாண்டிலும் இப்படித்தான் ஒருவரும் என்னை நம்பவில்லை. ஒவ்வொரு முறையும் நான் என் வாழ்நாளை நீடித்துக் கொண்டவன் என்றதும், சிறையில் அடைத்தார்கள். என் சித்தம் சரியில்லை என்று கொண்டு... எனக்கு மனித இனத்தில் நம்பிக்கை தளர்ந்து விட்டது. அதைப் பற்றி இந்த நூற்றாண்டில் பேசவேயில்லை. அதனாற்றான் என்னை வெளியே இருக்க அனுமதித்தார்கள். என் நல்லூழ் ராகவானந்தத்தைச் சந்தித்தேன்...'

டாக்டர், 'இல்லை புலவரே, இது மனித சமுதாயத்தின் நல்...நல்...' என்றார்.

'நல்லூழ்' என்றேன்.

புலவர் தொடர்ந்தார். 'ஒரே ஒரு தடவை சுமார் அறுபது ஆண்டு கட்கு முன் ஒரு வெள்ளையர் நான் சொல்வதில் உண்மை இருக்கும் என்று தனதில்லம் கொண்டு சென்றார். அவருக்கு மருந்து செய்து தந்தேன். அதில் ஒரு சிறு தவறு ஏற்பட்டு விட்டது.'

'சிறு தவறு?'

'ஆம். அதை வெள்ளையர் சாப்பிட்டதில் மருந்து வலிது, அவர் புதிதாகப் பிறந்த நாய்போலக் கூவத் தொடங்கி விட்டார்.'

'அந்தோ!' என்றேன்.

'அதற்காக என்னைச் சிறைப்படுத்திச் சித்திரவதை செய்தனர்.'

மறுபடி 'அந்தோ' என்றேன்.

'அச்சமுற வேண்டாம். அந்தத் தவறு நான் வேண்டுமென்றே செய்தது. அப்படி ஒன்றும் இப்பொழுது நிகழாது...' என்று அந்த ஆவாரங்குச்சிகளை ஒடித்து ஒடித்து பொதுவாக அந்தப் பாத்திரத்தில் கொட்டிக் கலக்கினார் புலவர். 'இதோ இன்னும் சில நாழிகைகளில் மருந்து கிட்டும் உங்களுக்கு' என்று சிரித்தார். மறுபடி ப்ரஷ். புலவர் கண்ணை மூடிக்கொண்டு ஏதோ பாடினார்.

டாக்டர் என்னைப் பார்த்துச் சிமிட்டி, 'நேரிசை வெண்பா' என்றார்.

அப்புறம் புலவர் தன் ரசாயனத்தில் ஆழ்ந்தார்.

டாக்டர் அருகில் இருந்த மிஷினிலிருந்து நீண்ட வால்போல பேப்பரை உருவினார். புலவருடைய கார்டியோகிராஃப் - அந்தக் காகிதத்தில் சினிமா சவுண்ட் ட்ராக் போல கீறல்கள் இருந்தன. டாக்டர் புரியாதபடி எலக்ட்ரோடுகளை இணைத்ததையும் பற்றிச் சொன்னார். 'பையா, நீ ரொம்ப அதிர்ஷ்டக்காரன்' என்றார்.

'அப்படியா டாக்டர்?'

'அவர் தயாரிக்கப் போவது ஒரே ஒரு அவுன்ஸ் மருந்து. அதை நாம் சாப்பிடப் போகிறோம்.'

'நானுமா?' என்று கேட்டு அதிர்ந்தேன். எனக்கு அறுபது வருடங்களுக்கு முந்தின அந்த வெள்ளையர் நினைவு வந்தது. 'டாக்டர், எனக்கு எதுக்கு இந்த வம்பெல்லாம்? நீங்கள் சாப்பிடுங்கள். நீங்கள் விஞ்ஞானி. தொடர்ந்து நீங்கள் உயிர் வாழ்வதில் உலகத்துக்குப் பயன் இருக்கிறது.'

'பையா, நான் எதற்குச் சொல்கிறேன். கேள். நான் ஏற்கெனவே வயதானவன். நான் சாப்பிட்டு விட்டு ஆயிரம் வருஷம் இருக்கப் போகிறேன் என்று சொன்னால், அந்தப் புலவருக்கு நேர்ந்த கதிதான் எனக்கும் நிகழும். கிழவர் ஏதோ போட்டிருக்கிறார், உளறுகிறார் என்று சொல்வார்கள். ஆனால், நீ சாப்பிட்டால் என்ன ஆகும்? நீ இளைஞன். உனக்கு என்ன, இருபத்தேழு வயதிருக்கும். இன்னும் 50 வருஷம் கழித்து இருபத்தெட்டு ஆகும் உனக்கு. ஜனங்கள் ஆச்சரியப்படுவார்கள். எப்படி, இத்தனை வருஷமாக அப்படியே இருக்கிறாய் என்று அவர்கள் உன்னை வந்து கேட்பார்கள். பேப்பரில் போடுவார்கள்... அப்பொழுது சொல் இந்த மர மண்டைகளுக்கு. 'லாஞ்சிவிட்'டிக்கு ஒரு மருந்து நம் தமிழ் வைத்தியத்திலே முன்னூறு வருஷமாக இருக்கிறது. அதைத் தெரிஞ்சிக்க முடியாத மடையர்களாய் இருக்கிறீர்கள். நீங்கள் போய் டாக்டர் ராகவானந்தத்தைப் பாருங்கள் என்று. நீயும் சாப்பிடணும், அதுதான் பொருத்தம் பையா?'

'டாக்டர் எனக்கு அவசரமா பார்பர் ஷாப்வரை போக வேண்டும்...'

'பையா, இந்த மருந்தைச் சாப்பிட்ட பிற்பாடு 50 நாளைக்கு ஒரு தடவை க்ஷவரம் செய்து கொண்டால் போதும் - யோசித்துப் பார்.'

'இதோ' என்றார் புலவர்.

'எதோ?' என்றேன்.

கண்ணாடி டம்ளரில் ஒரு பழுப்புத் திரவம் இருந்தது. அந்தத் திரவம் கொஞ்சம் கோபமாகப் புகைந்து கொண்டிருந்தது. மற்றொரு டம்ளரை எடுத்து அதைப் பேர் பாதியாகப் பிரித்தார் புலவர். டாக்டர் கையில் கொடுத்தார். என்னிடம் ஒன்று கொடுத்தார் 'பருகுங்கள்' என்றார்.

'பையா, நாம் சரித்திரம் ஏற்படுத்தப் போகிற தருணம் வந்து விட்டது! பையா, மனிதன் கண்டுபிடித்த மருந்துகளின் கொடுமுடி இது! அருந்து, பருகு, நுகர்!'

'டாக்டர் தமிழிலே விளையாடறீங்களே!' என்று சொல்லிவிட்டு மெதுவாக அந்த மருந்தை மூக்கருகில் கொண்டு சென்றேன். கிருஷ்ணாயில் வாசனை அடித்தது. உடனே திராட்சைப் பழ வாசனை அடித்தது. உடனே மாம்பலகையை இழைக்கும் தச்சர் வாசனை அடித்தது...

புலவர் ஒரு முறுவல் செய்தார்.

'நீ என்ன மணத்தை நினைத்தாலும் அந்த மணம் தெரியும் இந்த மாமருந்தில். கடிதில் விழுங்கும்' என்றார்.

'புலவரே, இதிலே ஏதும் தப்பில்லையே? அந்த வெள்ளைக் காரருக்கு ஏற்பட்டாற்போலே ஏதும் ஆகாதே? உப்பு கிப்பு எல்லாம் சரியாகத்தானே சேர்த்திருக்கிறீர்?'

'கவலுறேல்.'

'அதாவது நீ சாப்பிடு. நான் 'காரண்டி' என்கிறீரா? பையா சேர்ந்தாற்போல் சாப்பிடுவோம். ரெடி, ரெடியா?' என்றார்.

'ரெடி' என்றேன். (எனக்குள் யயாதி மாதிரி ஒரு ஆசை இருந் திருக்க வேண்டும். என் இள ரத்தம் சாப்பிட்டுத்தான் பார்க்க லாமோ என்று சொல்லியிருக்க வேண்டும். அடுத்த நூற்றாண்டில் பழைய சிவாஜி படங்களை டெலிவிஷனில் பார்க்கலாமே என்று ஆசை இருந்திருக்க வேண்டும்).

டாக்டர், 'ஒன்...டூ...த்ரீ' என்று எண்ண, ஒரே மடக்கில் மருந்தைக் குடித்தேன்.

சாப்பிட்டவுடனே, புலவரைக் கேட்டேன். 'புலவரே, இதில் என்ன சேர்த்திருக்கிறீர்கள், அமிலமா?'

'முதலில் சற்றுச் சுடும். கொஞ்சம் பொறும்.'

'சுடுமா? நைட்ரிக் ஆஸிட்லே முக க்ஷவரம் பண்ணிக்கொண்டு அப்புறம் அதிலேயே குளிச்சாப்பலே எரிகிறது. கட்டை விரல் வரைக்கும்' என்றேன்.

'கொஞ்சம் பொறும்' என்றார்.

கொஞ்ச நேரத்தில் அந்த எரிச்சல் அடங்க ஆரம்பித்து தேசியக் கொடி மாதிரி உணர்ந்தேன். மார்புவரை சூடாகவும், வயிறுவரை மிதமாக வும், அப்புறம் கீழே ஜில்லென்றும், அப்புறம் அந்த ஜில் கொஞ்சம் கொஞ்சமாக மேலே ஏறியது. எப்பேர்ப்பட்ட ஜில்! இரண்டு காது நுனிகளைத் தவிர மற்ற இடங்கள் எல்லாம் பரவிய ஜில். அப்புறம் மருந்து வேலை செய்தது. 'ய்ய்ய்ய்ய்ப்' என்று சொல்லி உடம்பை உதறிக் கொண்டேன். அப்புறம் என் கண்கள் சுழன்று சுழன்று என் வார்த்தைகள் முழுவதும் குழுழ ஆழம்பிக்க... பாதங்களுக்குக் கீழ் ஹோவர் கிராஃப்ட் மாதிரி ஒரு விதமாக உணர்ந்தேன். பேச்சு சக்தி வந்ததும் புலவர் தெரிந்தார். 'சரியான சரக்கு வாத்யாரே. இன்னும் கொஞ்சம் இருக்கா?' என்று கேட்டேன்.

'மேலே தேவையிருக்காது என் நண்பரே. இனி நீர் நீடூழி வாழ்வீர்' என்றார்.

'டாக்டர்' என்று கூப்பிட்டேன்.

'பையா!' என்று குளிர்ந்த பறவைபோல அவர் சிலிர்த்துக் கொண்டார்.

'டாக்டர்? ஆர் யூ ஆல் ரைட்? யார் தெச்ச சட்டை, எங்க தாத்தா தெச்ச சட்டை சொல்லுங்க பார்க்கலாம்.'

'பையா, எனக்குப் புதிதாகப் பிறந்தாற்போல இருக்கு. எல்லாம் அலம்பி விட்டாப்போல க்ளியராத் தெரிகிறது.'

'எனக்குக் கூட... ஆனா டாக்டர்...'

'என்ன?'

'என் இதயத் துடிப்பு ஒன்றும் குறையவில்லையே' என்றேன் மார்பைப் பிடித்துக்கொண்டு.

'அது இவ்வளவு கடிதில் நிகழாது. மெதுவாக மெதுவாகச் சில வருடங்களில்தான் தெரியும்' என்றார் செந்தில்நாதர்.

'புலவரே! ரொம்ப தாங்க்ஸ். டாக்டர், ரொம்ப தாங்க்ஸ். இந்த மருந்திலே விஷயம் இருக்கோ, இல்லையோ சாப்பிடறதே ஒரு அனுபவம்!'

டாக்டர், 'பையா இந்த மருந்து நிச்சயம் வேலை செய்யும். நிச்சயம் 21ஆம் நூற்றாண்டிலே நான், நீ, புலவர் மூன்று பேரும் இருக்கப் போகிறோம். 22ஆம் நூற்றாண்டிலே, 23ஆம் நூற்றாண்டிலே...' என்றார்.

'வருகிறேன் டாக்டர். புலவரே விடை பெறுகிறேன்' என்று எனக்குப் பிடித்த 'ர்ர்ர்ருக்கு மணியே ப்பார பார பார' என்று பாடிக் கொண்டே கிளம்பினேன்.

நான் மருந்தைச் சாப்பிட்டு விட்டேன். அது நிஜமாகவே வேலை செய்யுமா? நான் நீடூழி வாழ்வேனா என்ற கேள்விகள் உங்களுக்கு எழும்பலாம். உங்களுக்கும் என்னைப்போல் சந்தேகம் ஏற்படலாம். உங்கள் சந்தேகங்களை எல்லாம் நிவர்த்திக்க என்னால் இப்பொழுது முடியாது. நேற்றுத்தான் சாப்பிட்டிருக்கிறேன். அதானால் நான் ஒன்று செய்கிறேனே. மறுபடி இந்தக் கதையை இந்தப் பத்திரிகையின் 2069ஆம் வருஷம் மார்ச் மாத இதழ் ஒன்றில் தொடர்கிறேனே?

சரியா?

12

கம்ப்யூட்டரே ஒரு கதை சொல்லு!

அந்த மருந்தைச் சாப்பிட்டதிலிருந்து ஒரு வாரமாக எனக்கு வயிறு சரியில்லை. நேற்றுதான் புரட்சி நின்றது. இன்று காலை மாலதியைப் பார்க்கச் சென்றேன். நல்ல வேளை மாலதி இருந்தாள். கொஞ்சம் நம்பிக்கையுடன் ‘அப்பா இல்லையா மாலதி?’ என்று கேட்டேன்.

‘இருக்கிறார். மாடியில்’ என்று மேலே பார்த்துக்கொண்டு சொன்னாள்.

‘சாமியார் இருக்கிறாரா?’

‘சாமியார்?’ என்று கேட்டு புன்னகைக்க ஆரம்பித்தாள்.

‘செந்தில்நாதப் புலவர்?’

புன்னகை சிரிப்பாக மாறியது. கவர்ச்சிகரமாக ரசித்துச் சிரித்தாள்.

‘நீ சிரிப்பது அழகாக இருக்கிறது. குறுக்கிடுவதற்கு மன்னிக்கவும்; நான் ஒரு கேள்வி கேட்கலாமா? ஏன் சிரிக்கிறாய்?’

அவள் மேலும் சிரித்தாள்.

நான் ஒன்றிலிருந்து நாற்பது வரை நிதானமாக எண்ணினேன். ஓய்ந்தாள். ‘ஐ ஸே, நாற்பது செகண்ட் கொஞ்சம் அதிகம் சிரிப்புக்கு. எனக்கு ஒரு சந்தேகம். நீ என்னைப் பற்றிச் சிரிக்கிறாயோ என்று.’

மறுபடி நாற்பது செகண்ட்.

‘உடம்பு எப்படி இருக்கிறது?’ என்று சிரித்தாள்.

‘ஏன், நன்றாகத்தானே இருக்கிறது? இன்றுகூடப் புல்வொர்க்கரை நாலு இழுப்பு இழுத்து விட்டுத்தானே வந்தேன்?’

‘லான்ஜ்விட்டிக்கு அறுநூறு வருஷம் வாழ்வதற்கு மருந்து சாப்பிட்டாயே, அதற்கப்புறம்?’

‘ஓ, அதுவா? அது சாப்பிட்டு ஒரு வாரம்தானே ஆயிற்று?’

‘ஸக்கர் என்றால் என்ன அர்த்தம் தெரியுமா?’

‘ஸக்கர்?’

‘ஆம்.’

‘இந்தியிலா இங்கிலீஷிலா?!!’

‘அமெரிக்கன் ஸ்லாங்கில்.’

‘தெரியும். அந்த வார்த்தை இப்பொழுது அனாவசியம்.’

‘நீயும் அப்பாவும் இந்த உலகத்தின் மகத்தான ஸக்கர்... மன்னிக் கவும். தட் ஷூட் ரீட்! நீயும் அப்பாவும் இந்த உலகத்தின் மகத்தான ஸக்கர்கள்.’

‘ரொம்ப டாமேஜிங் டியர் கர்ல்!’

‘அந்தப் புலவர் நாலு டெரிலின் சட்டை, நாற்பது ரூபாய் சில்லறை, என் பால் பாயிண்ட் பேனா, ஒரு ரெயில்வே டைம் டேபிள் இவைகளுடன் கழன்றுகொண்டு விட்டார்.’

‘செந்தில்நாதப் புலவர்?’

‘டிட்டோ. அப்புறம் ஒரு குறிப்பு எழுதி விட்டுச் சென்றார். ‘ராகவானந்தம், எல்லாவற்றிற்கும் வந்தனம். வேறு எந்த நூற்றாண்டிலாவது சந்திக்கலாம்’ என்று.’

‘அப்ப அந்தப் புலவர்?’

‘என் அப்பா அப்படி. ஏதோ ஒரு ரிக்ஷாக்கார முனுசாமி வந்து, ‘நான்தான் ராக்ஃபெல்லர். அவசரமாக கை மாத்தா அஞ்சு ரூபா கொடுங்க’ன்னா கொடுத்துடுவார்.’

‘அப்பா என்ன சொன்னார் புலவர் காணாமற் போனதற்கு?’

‘அப்பா அதைப் பற்றிக் கவலைப்படவே இல்லை. அடுத்த பரிசோதனையில் இறங்கி விட்டார். எனக்கு அப்பாவைப் பற்றி நிஜமாகவே கவலையாக இருக்கிறது.’

‘ஏன், ராகவேனியம் 278 என்று ஏதாவது...’

‘அப்படி இல்லை. இப்பொழுது எழுத்துத் துறையில் புகுந்து விட்டார்.’

‘கம் எகய்ன்?’

‘ரைட்டிங்! சென்ற ஒரு வாரமாக மௌண்ட் ரோடு பிலால் ஓட்டலிலிருந்து மூர்மார்க்கெட் வரைக்கும் பழைய புத்தகக் கடையாக அலசி ஆயிரக்கணக்கில் பத்திரிகை சேர்த்திருக்கிறார். ‘நிரூஸிம்ஹப்ரியா’விலிருந்து, நடை வரை எல்...லாம்.’

‘ஓ எஸ்!’

‘என்ன ஓ எஸ்?’

‘ஜஸ்ட் ஓ எஸ். அவ்வளவுதான்.’

‘அப்பட்டமாகச் சொன்னால் அவர் பெரிய நட்! நீ சின்ன நட். இரண்டு பேருக்கும் நடுவிலே நான்.’

‘ஸ்ட்ராங் வோர்ட்ஸ் மாலதி! உன் அப்பாவின் மூளைத் திறமையைப் புரிந்து கொள்ளக்கூடியவன் நான்தான். டாக்டர் பத்திரிகைகளைக் குப்பையாகச் சேகரிக்கிறார் என்றால், அதில் ஒரு மாறுதல் இருக்க வேண்டும்... ஏதாவது புதிதாக...’

‘அவருக்கு நீ சரியான...’

‘மாப்பிள்ளை என்கிறாயா?’

‘உன்னை நான் கல்யாணம் செய்துகொள்ளப் போகிறேன் என்று கனவு காண்கிறாயா?’

நான் இடது பக்கம் வலது பக்கம் பார்த்து விட்டு மாலதியின் அருகில் சென்றேன்.

‘மாலதி! உன்னிடம் ஒன்று சொல்லட்டுமா?’

'சொல்லேன்.'

'ரகசியமாக?'

'அதுதான் பக்கத்திலேயே நிற்கிறாயே! என்ன ஹேர் ஆயில் உபயோகிக்கிறாய்?'

'வான்த்ரடோன்.'

'தேங்காய் எண்ணெய் கலந்து கொள். ஒரே வாசனை.'

'வான்த்ரடோன் என்கிறதில் மெக்ஸிகோ தேசத்து ஈ ஒன்றின் எஸன்ஸ் இருக்கிறது தெரியுமா?'

'அதுதான் நீ சொல்ல வந்த ரகசியமா? மெக்ஸிகோ தேசத்து ஈ?'

'ஓ ஸாரி மாலதி! நான் உன்...'

'அப்பா!' நான் நிலைப்படியை நோக்கி ஓர் ஈ லைன் செய்தேன்.

டாக்டர் ராகவானந்தம் கைக்குட்டையால் முகத்தைத் துடைத்துக் கொண்டு இறங்கி வந்தார். தமிழ் சினிமாவில் கதாநாயகனைத் தனியாக அழைத்து இது ஒரு விஷ ஜுரம் என்று சொல்லப் போகும் டாக்டர் போல்.

'ஹலோ டாக்' என்றேன்.

என்னைக் கவனிக்காமல், 'மாலதி! 16.03.1967 இஷ்யூ ஒன்றுதான் கிடைக்கவில்லை' என்றவர் என்னைப் பார்த்தார். 'அடேடே பையா; வா! எப்ப வந்தாய்? ரொம்ப பிஸி நான். பையனுக்குக் காப்பி கொடுத்தாயா மாலதி? அரைத்தான் என்பதற்கு சின்ன ரவா? பெரிய றவா! அப்புறம் ஏ.எஃப். 115 பி.என்.பி. டிரான்ஸிஸ்டர் ஒன்று வேண்டும்...'

நான் குறுக்கிட்டு, 'டாக்டர், நீங்கள் பேசுவதைப் பார்த்தால் ஒரு குறிப்பிட்ட வாரப் பத்திரிகையை ஜாஸ்தி படித்திருக்கிறீர்கள் போலிருக்கிறது... டாக்டர், உங்கள் லேட்டஸ்ட் என்ன?'

'மாலதி சொல்லவில்லையா?'

'சொன்னாள். சரியாக விளங்கவில்லை. ஏதோ பத்திரிகை சேர்க்கிறீர்களாம். அதையே கூழ் ஆக்கி ப்ளீச் பண்ணி அச்சாபீஸில் திருப்பி விற்கிற ஐடியாவா?'

'சேச்சே! அதெல்லாம் இல்லை. ஒரு புதிய மெஷின் தயாரித்திருக்கிறேன். மிகப் புதிய மெஷின். ஒருவிதமான கம்ப்யூட்டர்.'

'என்ன செய்யும்? கோகோ கோலா உடைத்துக் கொடுக்குமா? இல்லை, பத்து ரூபாய்க்குச் சில்லறை மாற்றித் தருமா?'

'பூ!' என்றார்.

'பூ' என்றாள் மாலதி.

'பையா, நான் எடுத்துக் கொண்டிருக்கிற புராஜெக்ட் மிக எக்ஸைட்டிங். என்னுடைய காரியர் பெஸ்ட்!'

'என்ன அது? சொல்லுங்களேன்.'

'தம்பு அதன் பெயர்.'

'தம்பு?'

'ஆம். தம்பு. தானாக இயங்கும் புத்தக மெஷின்.'

'அப்பாவின் தர்ட் ஜெனரேஷன் கம்ப்யூட்டரின் பெயர்.'

'என்ன டாக்டர்?'

'தம்பு. பி.எஃப்.ஜி. மார்க் ஒன். புரோகிராம்ட் ஃபிக்ஷன். ஜெனரேட்டர் மார்க் ஒன்.'

'தமிழ், தமிழ்' என்றேன்.

'தானாக இயங்கும் கதை தயாரிக்கும் கருவி.'

'அதாவது...'

'உனக்கு என்ன வேண்டும்? சிறு கதையா, கவிதையா, துணுக்கா, கட்டுரையா, தலையங்கமா? இன்ஸ்டன்ட், உடனே தயார். தம்பு தருவான்.'

'புரியவில்லை டாக்டர். யார் இந்தத் தம்பு? தம்பு!' கூப்பிட்டேன்.

'மேலே வா, தம்புவைச் சந்திக்கலாம், மாலதி?'

'தம்பு பேச மாட்டான், எழுதுவான்' என்றாள்.

டாக்டர், 'கிராம ஊழியன் என்று 1944 வாக்கில் ஒரு பத்திரிகை வெளிவந்து கொண்டிருந்தது. அதில் சில ஒரிஜினல்

புதுமைப்பித்தன் எல்லாம் இருந்திருக்கிறது. கன்னிமரா லைப்ரரி யிலிருந்து...' என்று ஆரம்பித்ததும் மாலதி குறுக்கிட்டாள்.

'அப்பா, இதை மூன்றாம் தடவையாகச் சொல்கிறீர்கள் என்னிடம். வரவர நீங்கள் மாறிக் கொண்டு வருகிறீர்கள். இந்த எக்ஸ்பெரிமெண்ட் எல்லாம் எதற்கு அப்பா? எதற்காக அப்பா இந்த மெஷின்?'

'என்ன எந்த மெஷின்?' என்றேன் நான்.

'நீ வந்து மேலே பார். அந்த மெஷின் தேவையா இல்லையா என்று தெரியும்' என்றார் டாக்டர் ராகவானந்தம்.

'மாலதி, நீயும் வாயேன்' என்று கண்களினால் கெஞ்சினேன். நான் அந்தத் தம்புவைச் சந்திக்க, அவ்வளவு ஆர்வமாக இல்லை.

மாடியில் ராகவானந்தத்தின் அறையில் நுழைந்தோம். அறை முழுவதும் பத்திரிகைகளும் பஞ்ச் செய்யப்பட்ட காகித டேப்களும் ரீல் ரீலாக நிறைந்து இருந்தன. அவைகளைக் காலால் ஒதுக்கிக் கொண்டே நடுவில் சென்று 'பையா! மீட் தம்பு' என்றார்.

ராகவானந்தத்தின் தம்பு ஒரு ரிடையர் ஆன பியானோ போல இருந்தான். பதினைந்து டிகிரி சாய்வில் ஒரு பானல் போர்டு இருந்தது. அதில் வசவச என்று பட்டன்கள் இருந்தன. ஒவ்வொரு பட்டனின் நடுவில் வார்த்தைகள்.

தம்புவின் நடு பாகத்தில் ஒரு டைப்ரைட்டர் இருந்தது. அதாவது கீ போர்டு விலக்கப்பட்ட டைப்ரைட்டர்.

தம்பு ஒரே சமயத்தில் ஒரு டெலிபோன் எக்ஸ்சேஞ்சையும் எவர்சில்வர் பாத்திரக் கடையையும், எலக்ட்ரானிக்ஸையும் ஞாபகப்படுத்தினான். பச்சை, சிவப்பு விளக்குகள், ஸ்விட்ச்கள், பாட்ச் கார்ட்கள், ஒரே ரிங்க டிங்க டிங்!

'எப்படி இருக்கிறான்?' என்றார்.

'டாக்டர், இந்தப் பட்டன்கள் எல்லாம்?'

'ப்ரொகிராம் செய்வதற்கு. 'சரி' என்றால் சரித்திரம். 'விஞ்' என்றால் விஞ்ஞானம்.'

'புதுக் என்றால்?'

‘புதுக் கவிதை. தம்பு எப்படி வேலை செய்கிறான் பார்க்கிறாயா?’

தம்புவின் பின் பக்கத்தில் டாக்டர் மறைந்தார்.

‘என்ன செய்கிறீர்கள் டாக்டர்?’

‘மெய்ன் சப்ளை கொடுக்கிறேன்’ பிளக் பாயிண்டில் செருகியதும் தம்பு ‘ஃளக்’ என்றான்.

‘ஐ பெக் யுவர் பார்டன்’ என்றேன்.

காசு குலுங்குவதுபோல் சப்தம் கேட்டது. ஐஸ்க்ரீம் சப்புவது போல் சப்தம் கேட்டது. ரெடி என்கிற விளக்கு எரிகிறது.

‘ப்ரொக்ராமுக்கு மெஷின் ரெடி. என்ன வேண்டும் உனக்கு?’ என்றார் டாக்டர்.

‘மசால் தோசை.’

‘நான் அதைக் கேட்கவில்லை. சிறுகதையா, கவிதையா, கட்டுரையா?’

‘சின்னதாக ஏதாவது...’

‘நீயே தெரிந்தெடு. இஷ்டமான பட்டனை அமுக்கு.’

நான் இடது கையைத் தம்புவின் மேல் ஊன்றிக்கொண்டு ‘ய் ய் ய்’ என்று விட்டத்தை நோக்கி எம்பிக் கீழே வந்தேன்.

‘டாக்டர் ஷாக்! உதறுகிறது.’

‘ஓ.எஸ். மறந்து விட்டேன். ‘எர்த்’ பண்ணவில்லை மெஷினை.’ மறுபடி பின்னால் மறைந்தார். வெளியே வந்தார். ‘இப்பொழுது தொடு, நான் காரண்டி. ஷாக் அடிக்காது.’

‘எதற்கும் ஒரு மரப் பலகை போட்டால் நல்லது. அதில் நின்று கொண்டு...’

‘பயப்படாதே. நான் தொடுகிறேன் பார்.’

தம்புவை மரியாதையுடன் என் சுட்டு விரலால் ‘சரித்’ என்கிற பட்டனையும், ‘கவி’ என்கிற பட்டனையும் அழுத்தினேன். ‘கவர்ச்’ என்றால் என்ன டாக்டர்?’

'கவர்ச்சி-செக்ஸ், 10, 20 என்று எவ்வளவு சதவிகிதம் கவர்ச்சி வேண்டுமோ, அவ்வளவு தேர்ந்தெடுக்கலாம்.'

கவர்ச்சியில் 50ஐ அழுத்தினேன். ரட்ட டட்ட டட் என்று மெஷின் கன் போல வெடித்த தம்பு யோசித்து விட்டு, 'ப்ளீப்' என்று சொல்லி விட்டு, பின் குறிப்பாக 'ரிக்' என்றது. மறுபடி ரட்டட்டடட். டைப்ரைட்டர் சுமார் 80 வார்த்தை வேகத்தில் அடித்தது!

'கதவைத் திறந்து
கவனித்து வந்த ராஜ ராஜ சோழன் - அங்கு
விதவைக்கு முத்தம்
பதினெட்டுத் தந்த ராஜராஜசோழன்...'

'ஹோல்ட் இட்' என்றாள் மாலதி.

எப்படி? சரித்திரம் 'கவர்ச்சி 50 பர்செண்ட்' என்று 'ஸ்டாப்' பட்டனை அழுத்த, தம்பு ஓய்ந்தது. நான் 'விஞ்', 'துணுக்' பட்டன்களை அழுத்த தம்பு கீழ்க்கண்டவாறு ஒட்ட தட்டினான்.

> 'ஜூலியஸ் ஷ்மிட் என்கிற அமெரிக்க மருத்துவத் தயாரிப்பாளர் தயாரித்துள்ள ரசாயனப் பொருள் இருபதே வினாடியில் ஒரு பெண் கர்ப்பமா இல்லையா என்று கண்டுபிடித்து விடுகிறது - ஆதாரம்: நியூஸ் வீக்.'

உபரியாக நாலைந்து லைன் ஃபீடைக் கொடுத்து விட்டு உபரியாக சில ××××களை அடித்துவிட்டு ஓய்ந்தான்.

'ரிமார்க்கபிள் டாக்டர்!' என்றேன்.

'என்ன ரிமார்க்கபிள்! இந்த மெஷினால் என்ன உபயோகம்?' என்றாள் மாலதி.

'மாலதி! இந்த மெஷின் சும்மா கதை, கவிதை எழுதுவதற்காக மட்டும் இல்லை. இந்த மெஷின் பெரிய பெரிய விஷயங்களை எல்லாம் செய்யப் போகிறது. செஸ் ஆடப் போகிறது. ஜாதகப் பொருத்தம் பார்க்கப் போகிறது. புதிய புதிய இசைகள் அமைக்கப் போகிறது. டிராயிங் போடப் போகிறது. இதற்கெல்லாம் முன்னோடியாக இந்தக் கதை கட்டுரை திறமையை அமைத்திருக்கிறேன்; ஒரு டெமான்ஸ்ட்ரேஷனுக்காக.

ஐ.பி.எம். இதனிடம் பிச்சை வாங்க வேண்டும். நம்முடைய பத்திரிகைகளை அலசியதில் அவைகளில் வரும் விஷயங்களை எல்லாம் சுலபமாகப் பாகுபடுத்திவிட முடிந்தது. தமிழ் நடையைக் கூட 1, 2, 3, 4, 5 என்று 5 விதத்தில் பாகுபடுத்தி விட்டேன் பார்.' டாக்டர் 'சரித்' 'நடை' '3' பட்டன்களைத் தட்டினார். தம்பு செயல்பட்டான்.

> அரண்மனை விளக்கேற்றுவோர் ஏணியும் பந்தமாக வந்து ஆங்காங்கு தீபங்களுக்கு எண்ணெய் ஊற்றிக் கொளுத்த அந்தப் பின்புற முகப்புக் கட்டில் பலப் பல விளக்குகள் பளிச்சிட்டதால் அந்தப் பகுதி பூராவும் இந்திர லோகம்போல் காட்சியளித்தது.

டாக்டர் 'ஸ்டாப்'பை அழுத்தினார்.

'இதை நடை '1'ல் பார்' என்றார்.

தம்பு:

> அரண்மனை. விளக்கு. ஏணி பந்தங்கள். தீ எண்ணெய் விளக்குகளின் பளிச். இந்திர லோகம்.

'யூ ஸீ!' என்றார்.

'டாக்டர்! கை கொடுங்கள்' என்றேன்.

'இந்த மெஷின் பூராத் திறமையும் காட்டின ப்பிற்பாடு கை கொடு. எத்தனை ஷிப்ட் ரிஜிஸ்டர், எத்தனை ரிங் கவுண்டர், சர்க்யூட்கள் திருகி இணைத்திருக்கிறேன்! முதலில் அல்கோலில்தான் ப்ரொக்ராம் பண்ண நினைத்தேன். ஆனால்...'

டாக்டர் மேலே பேசிய பேச்சுகளில் கம்ப்யூட்டர் டெக்னாலஜியின் வார்த்தைகள் அதிகம் இருந்ததால் அவைகளை விட்டு விட்டேன்.

மேலும் டெலிபோன் மணியடித்ததால் டாக்டர், 'எக்ஸ்க்யூஸ் மி' என்று கீழே கிளம்பி விட்டார்.

நானும் மாலதியும் தம்புவும் தனியாக இருந்தோம்!

'மாலதி, தம்புவைப் பற்றி என்ன நினைக்கிறாய் நீ?' என்றேன்.

'காசு விரயம், நேரம் விரயம்.'

'இல்லை! நான் அப்படி நினைக்கவில்லை.'

'இதனால் என்ன உபயோகம்? ஒரு நைலெக்ஸ் ஸாரி கிடைக்குமா?'

'கிடைக்கும்.'

'எப்படி?' என்றாள்.

நான் தம்புவை நெருங்கி, 'தம்புப் பையா, ரெடியா?' என்று கேட்டேன்.

தம்பு 'ஷ்லப்' என்றான். தம்புவின் பட்டன்களில் கீழ்க்கண்ட வாறு விளையாடினேன்.

சமு

கதை

திகில் 50

கவர்ச் 50

நடை 2

'தம்பு, ஒரு கதை எழுதப் போகிறான். அதைக் காசாக்கி உனக்கு நைலெக்ஸ்?'

சேகர் மெதுவாகக் கதவைத் தட்டினான். திறந்திருக்கிறது என்று பதில் வந்தது. பெண் பதில். உள்ளே நுழைந்தான். தன் பின்னங் காலால் கதவை மூடினான். நளினியைப் பார்த்தான்.

'திறந்திருக்கிறது என்று சொன்னது கதவைப் பற்றித்தானே?'

'ஏன்?' என்றாள்.

'உன் ஸாரி...'

'ஓ ஸாரி! திரும்பிக் கொள்ளுங்கள் கொஞ்சம், அந்தப் பக்கம்' அந்தப் பக்கம் திரும்பினான். ஜன்னல் திறந்திருந்தது. வெளியே நகரம் உறங்கிக் கொண்டிருந்தது. ஜன்னல் கண்ணாடியின்

மெல்லிய பிரதிபிம்பத்தில் நளினி தெரிந்தாள். திரும்புவதும் தெரிந்தது. அவள் அழகான முகம் தெரிந்தது. அழகான மூக்கு, அழகான உதடுகள், அழுகிய கழுத்து, அதன் அழகிய ஒற்றை மாலை, அதன் பென்டெண்ட், பென்டெண்ட் இளைப்பாறிக் கொண்டிருந்த மா... ஜன்னல் கதவு காற்றில் ஆடி பிம்பம் மாறி விட்டது.

‘திரும்பலாமா?’ என்றான்.

இன்னும் இல்லை...

‘சேகர் ஒரு உதவி செய்வீர்களா?’

‘வித் ப்ளெஷர்.’

‘இந்த ஜிப்பை முதுகில் வைத்து விட்டான். தயவு செய்து இதை...’

‘அவள் திரும்பிக் கொண்டிருந்தாள்.

அருகில் சென்றான்.

மெதுவாக ஜிப்பை உயர்த்தினான்.

‘சரக்’ - ஜிப்பை மறுபடி பிரித்தான். அவளைத் திருப்பினான்.

‘சேகர் சேகர் லைட்!’ என்றாள்.

‘எரியட்டும்.’

அவன் கைகள் மிக மெதுவாக அவள் இடுப்பின் பக்க வளைவுகளில் பிரயாணம் செய்து மெதுவாக மேலே வந்து புஜங்களில், தோள்களில், பின்பு கழுத்தில்...

சரேல் என்று அவனை உதறி விட்டு சேகர் திரும்பி ஜட விரசல் நீ க்ளாக் பல்ஸ் வந்த த்ருப்பல ராகவ ஜனகனமணந்தயா.

விரலை கடித்துக்கொண்டு காத்திருந்த நான், ‘என்ன ஆச்சு?’ என்று கேட்டேன்.

மாலதி, ‘காரேமூரே என்று அடிக்கிறது’ என்றாள்.

தம்பு விடா முயற்சியாக, ‘லாமா... லாமா...’ என்று அடித்துக் கொண்டிருந்தது.

டாக்டரே வந்து விட்டார். 'வாட் ஹாப்பன்ட்?' என்றார்.

'தெரியவில்லை. திடீரென்று இட் வெண்ட் பெர் ஸெர்க்! பாருங்கள்.'

தம்பு 'உஊஉ...' என்றது பழைய ஆஸ்டின் கார் போல. டாக்டர் 'ஸ்டாப்' பட்டனை அழுத்தியும் தம்பு மேலே மேலே பைத்தியக்காரத்தனமாக அடித்துக்கொண்டே சென்றது.

'பையா; சீக்கிரம் போய் அந்தப் பிளக்கைப் பிடுங்கு.' பிடுங்கினதும்தான் தம்பு அடங்கினான்.

'அந்த மல்டி மீட்டரை எடு.'

'டாக்டர், அந்த சேகர்? என்ன ஆனான்?'

'சேகர்? யார் சேகர்? என்ன உளறுகிறாய்?'

'கதை ஒன்று ஜோராகப்...'

'இரு' டாக்டர் தம்புவின் வயிற்றைத் திறந்து சோதித்தார்.

'அந்த நளினி பாவம்! டாக்டர், நளினி உயிருடன் இருக்கிறாளா? பார்த்துச் சொல்லி விடுங்கள்' என்றேன்.

டாக்டர் வெளிப்பட்டார். அவர் கையில் கருகிப் போன ஒரு சிறிய சமாச்சாரம் பட்டாணி போல ஒன்று இருந்தது.

'ஷார்ட்! பிடுங்கிக்கொண்டு விட்டது. ஓவர் கரண்ட். ஜீனர் டையொட் எண் 3455. அமெரிக்காவுக்கு எழுதி வரவழைக்க வேண்டும்.'

'ஸ்பேர் இல்லை?'

'இல்லை.'

'அது இல்லாவிட்டால் வேலை செய்யாதா தம்பு?'

'ம்ஹூம். ஸ்டெபிலைஸர் சர்க்யூட் கன்னா பின்னா என்று அடிக்கும்!'

'அப்ப அந்தக் கதை?'

'என் நைலெக்ஸ் ஸாரி? இரண்டும் அமெரிக்காவிலிருந்துதான் வர வேண்டுமா?'

டாக்டர் எங்களைக் கவனிக்கவில்லை. 'எப்படி ஓவர் கரண்ட் ஆச்சு? டிஸைனில் சரியாகத்தானே பேஸ் ரெஸிஸ்டன்ஸ் போட்டிருந்தேன்?' என்று பேப்பர் பென்சிலை எடுத்துக் கொண்டு உட்கார்ந்து விட்டார்.

13

ஒரு நாள்

கி.பி. 2071ஆம் ஆண்டு, பதினொன்றாம் மாதத்தில் ஒரு நாள். ஸிசியம் நேரம் 17:26 அந்த அறையின் மத்தியில் ஆத்மா சலன மில்லாமல் படுத்திருந்தான். அவன் கண்கள் மூடியிருந்தன. நேராக விட்டத்தை நோக்கி அண்ணாந்து விறைப்பான சயனம். அந்த அறை மிக சுத்தமாக இருந்தது. சுவரில் ஒரே ஒரு இடத்தில் மட்டும் உயரத்தில் 17:26:30, 17:26:31, 17:26:32 என்ற எண்கள், கரைந்து கொண்டிருக்கும் காலத்தை அறிவித்துக் கொண்டிருந் தன. உறுத்தாமல், இதமாக, ஒரு 'டிங்டாங்' கேட்டது. அதன்பின் 'ஆத்மா எழுந்திரு' என்று ஒரு வற்புறுத்தல் ஒலித்தது.

ஆத்மா உடனே எழுந்தான். 'என்ன?' என்றான்.

'உன் மனைவியும், மனைவியின் தம்பியும் மாமனாரும் தலை தீபாவளிக்கு வந்து விட்டார்கள்.'

'நல்லது. உடனே அவர்களை அனுப்பு.'

'அவர்கள் சரியாக 17:27க்கு அங்கு வந்து சேருவார்கள்.'

'நல்லது. வந்தனம்.'

ஆத்மா தன் கலைந்த தலையை விரல்களால் வாரிக் கொண்டான். அவசரமாக சட்டை அணிந்து கொண்டான். எதிரே சுவரைப் பார்த்தான். விநாடிகள் மாற மாற 58, 59....

17:27:00

'டிங் டாங்' என்று மற்றொரு அறிவிப்பு இன்னிசை. கதவு பெரு மூச்சு இல்லாமல் தானே திறந்து கொண்டது. அவர்கள் மூவரும் நின்று கொண்டிருந்தார்கள்.

அவருக்கு நடுத்தர வயதுக்கு அடுத்த வயதிருக்கும். முகத்தில் பிரயாணக் களைப்புத் தெரிந்தது. கையில் ஒரு சிறிய தோல் பெட்டி வைத்திருந்தார். மற்றவர்கள் கூஜா, பிரம்புக் கூடை, பிளாஸ்க் எல்லாம் வைத்திருக்க, அந்தப் பெண் - ஆத்மாவின் மனைவி மிக மிக அழகாக இருந்தாள்.

ஆத்மாவின் மாமனார் சற்று அளவு மீறிய புன்னகையுடன், 'ஹலோ! மாப்பிள்ளே' என்று கீழே பெட்டியை வைத்து விட்டு அவன் அருகில் வந்தார்.

'ஹலோ ஸார்! எப்படி இருக்கிறீர்கள்? சௌக்கியமா?'

'சௌக்கியத்துக்கு என்ன குறைச்சல்! இந்த மூட்டு வலிதான் போக மாட்டேன் என்கிறது.'

'டாக்டரிடம் காண்பித்தீர்களா?'

'டா...க்டர் என்ன சொல்வான்? ஓய்வு எடுத்துக் கொள். பச்சைத் தண்ணீரில் குளிக்காதே! மாறுதலுக்கு வேறு ஊருக்குப் போ?... அவ்வளவுதான்! வந்து விட்டேன்!'

அவர் சொன்னதைக் கவனிக்காமல் ஆத்மா தன் மனைவியைப் பார்த்துக் கொண்டிருந்தான்.

'ஹலோ, நித்யா?'

'நீங்கள் களைத்திருக்கிறீர்கள்!' என்றாள் நித்யா.

'நானும் அப்போதிலிருந்து கவனிக்கிறேன். என்னை ஒருத்தரும் விசாரிக்கவில்லை!' என்றான் பையன்.

'ஓ! மன்னிக்கவும் பாஸ்கர்! நீ எவ்வளவு உயரம் வளர்ந்து விட்டாய்.'

'அத்திம்பேர், நான் ராக்கெட் விடுவேன். ராக்கெட் வாங்கி வைத்திருக்கிறீர்களா?'

'ஓ! நிறைய. நித்யா, நான் இளைத்தா இருக்கிறேன்? என்னைச் சரியாகப் பார்... நீதான் நான் சென்ற தடவை உன்னைப் பார்த்ததைவிட...'

'இன்னும் அழகாக இருக்கிறாய்...?' என்று முடித்தான் பாஸ்கர்.

'ஏய், பாஸ்கர்!' என்றாள் நித்யா.

'பையன் வயசுக்கு மிஞ்சிப் பேசுபவன். கடைசிக் காலத்தில் பிறந்த தப்பு. ஏகப்பட்ட செல்லம். மாப்பிள்ளை, எப்படி இருக்கிறது ஆபீஸ் எல்லாம்?'

'ஆபீசுக்கு என்ன? ஓடிக் கொண்டுதான் இருக்கிறது.'

நித்யா, 'அந்த செக்கிரட்ரி இருக்கிறாளா இன்னும்...' என்று கேட்டாள்.

'யார்?'

'யார்! பாசாங்கைப் பார்?'

'காப்பி தயாரித்திருக்கிறேன்... கொண்டு வரட்டுமா...'

'சர்க்கரை இல்லாமல்' என்றார் மாமனார்.

'நித்யா உட்காரேன்.'

'மாப்பிள்ளை! நீங்கள் பேசிக் கொண்டு இருங்கள். நான் குளியல் அறை போக வேண்டும். குளியல் அறை எங்கே இருக்கிறது?'

'இடது பக்கத்தில்...'

'பாஸ்கர்! நீ வீட்டைச் சுற்றிப் பாரேன். எவ்வளவு பெரிய வீடு பார்.'

'என்னையும் கழற்றிவிடப் பார்க்கிறீர்களா, அத்திம்பேர்! என் 'ரேட்' தெரியுமல்லவா, உங்களுக்கு?'

'அவன் காசு கேட்டால் கொடுக்காதீர்கள்!'

'வாயை மூடு நித்யா! அது எனக்கும் அத்திம்பேருக்குமான விவகாரம்.'

ஆத்மா சிரித்துக்கொண்டு புதுக் காசுகளை அவன் பையில் திணித்தான்.

அவர்கள் தனியாக இருந்தார்கள்.

'நித்யா! நீ எவ்வளவு அழகாக இருக்கிறாய்? நான் உன்னைத் தொட்டுப் பார்க்க வேண்டும்.'

ஆத்மா அவளைத் தொட்டான். 'எத்தனை நாள்!' என்றான்.

'என்ன எத்தனை நாள்?'

'நாம் தொட்டுக் கொண்டு.'

நித்யாவின் உடல் அமைப்பில் சமீப கல்யாணத்தின் பூரிப்பும் இன்னும் மிச்சம் இருக்கும் கன்னிமையும் தெரிந்தன. அவள் நெற்றியில் கூந்தல் வருடியது. அவள் உதடுகள் செதுக்கினாற் போல் அவ்வளவு கச்சிதமாக இருந்தன. அவள் கண்களில் இலேசாக வெட்கம் பூசப்பட்டிருந்தது.

'ம்ஹூம்!' என்றாள்.

'ஏன்?' என்றான்.

'அப்பா வந்து விடுவார்!'

'க்கும்!' என்று கனைத்துக்கொண்டே வந்தார் பெரியவர், முகத்தைத் துண்டால் துடைத்துக்கொண்டு.

'மாப்பிள்ளை! வந்த சம்பளத்தையெல்லாம் கொஞ்சம் சேர்த்து வைத்திருக்கிறீர்களா, இல்லையா? எப்பொழுது தனிக் குடித்தனம் என்று நித்யா துடிக்கிறாள்!'

'எப்பொழுது?' என்றான் ஆத்மா.

'ஐப்பசி மாதம் கூடாது' என்றார்.

'சாமான்களெல்லாம் வாங்கி வைத்திருக்கிறீர்களா? நான் பட்சணங்கள் செய்ய வேண்டும்...' என்றாள்.

'மாப்பிள்ளை, உங்களுக்கு வேஷ்டி எடுத்திருக்கிறேன். ஒரு டெரிகாட் சட்டை. துணி கம்பெனியில் எக்ஸைஸ் வரி இல்லாமல் கொடுத்தான். அப்புறம்...'

'அப்பா? மோதிரத்தைச் சொல்லி விடாதீர்கள்.'

'மோதிரமா?'

'ஆம்? தலை தீபாவளி இல்லையா?'

'எதற்கு ஸார், இதெல்லாம்?'

'அப்படிச் சொல்லிக்கொண்டே போட்டுக் கொள்வார். இவருக்கு மோதிரம், மைனர் சங்கிலி எல்லாம் ஆசை!'

'எல்லாம் என் சக்திக்கு ஏற்பச் செய்திருக்கிறேன். ஏதாவது குறை இருந்தால்...'

அவர்கள் அவர் சொல்வதைக் கவனியாமல் ஒருவரை ஒருவர் பார்த்துக் கொண்டிருக்க, அவர் 'க்கும்' என்று மறுபடி கனைத்தார்.

'ஸாரி, என்ன சொல்லிக் கொண்டிருந்தீர்கள்...'

பாஸ்கர் ஓடி வந்தான். 'அப்பா! அப்பா! இந்த வீட்டில் எல்லாம் இருக்கிறது! பட்டாசுகள் கொளுத்தப் பின் பக்கத்தில் தனியாக இடம் இருக்கிறது. வெளுத்து வாங்கலாம். ஆனால் பட்டாசுதான் இல்லை.'

'பட்டாசு நிறைய வாங்கி வைத்திருக்கிறேன். பாஸ்கர்!'

'எங்கே? எங்கே?'

'தராதீர்கள். இப்பொழுதே எல்லாவற்றையும் தீர்த்து விடுவான்.'

'நித்யா! நான் உன்னைத் தனியாக கவனிக்கிறேன். நீ செய்ததை அத்திம்பேரிடம் சொல்லட்டுமா?'

'பா...ஸ்கர்!'

'என்ன செய்தாள்?'

'தனியாகச் சொல்கிறேன். அதற்கு உண்டான காசை இரண்டு பேரிடமும் சேகரிக்க வேண்டும்!'

'நான் போகிறேன் உள்ளே' என்றாள் நித்யா.

'இரு. உங்களுக்காக நான் துணி வாங்கி வைத்திருக்கிறேன், பார்க்க வேண்டாமா? நித்யா உனக்கு மஜெந்தா பிடிக்கும் என்றாயே, உனக்கு மஜெந்தாவில் பட்டுப் புடைவை, பெரியவருக்கு வேஷ்டி, பாஸ்கருக்கு ஷர்ட், பட்டாசு!'

'உங்களுக்கு?'

'கதர் வேஷ்டி.'

'அத்திம்பேர்! பட்டாசு எங்கே?'

‘காட்டுகிறேன். நீ நித்யா என்ன செய்தாள் என்று சொல்!’

‘சொல்லட்டுமா?’ என்று பாஸ்கர் நித்யாவைப் பார்த்தான். நித்யா உள்ளே ஓடி விட்டாள்.

‘சும்மா ப்ளாக்மெய்ல் பண்ணுகிறான். பையன் அதில்தான் கெட்டிக்காரன். கடைசி வரை சொல்ல மாட்டான்.’

‘அத்திம்பேர்! இந்த வெடிக்கு எவ்வளவு கொடுத்தீர்கள்?’

‘ஞாபகமில்லை, ஏன்?’

‘தண்டம். படத்தில் போட்டபடி ஒன்றும் வெடிக்க மாட்டேன் என்கிறது.’

‘பாஸ்கர் ஜாக்கிரதை வீட்டுக்குள் ஒன்றும் வெடிக்கக் கூடாது.’

‘அது வெடி இல்லை அப்பா!’

‘நல்லெண்ணெய் வாங்கி வைத்திருக்கிறீர்களா?’ என்று உள்ளே இருந்து நித்யாவின் குரல் கேட்டது.

‘ஓ எஸ் அலமாரியில் இருக்கிறது, பாட்டிலில்.’

‘இந்தப் புடைவைக்கு எத்தனை கொடுத்தீர்கள்?’

‘ஞாபகமில்லை.’

‘சௌகரியம்! நான் வந்தவுடன் தினம் செலவழித்த காசுக்குக் கணக்குச் சொல்லவில்லையென்றால் காதைப் பிடித்துத் திருகப் போகிறேன்.’

‘படபட படபட’வென்று வராந்தாவில் வெடி வெடித்தது.

‘டேய் ஜாக்கிரதையடா!’ என்று அருகில் டப்பா கட்டுக் கட்டிக் கொண்டு பெரியவர் பையனைக் கவலையுடனும் பெருமையுடனும் கண்காணித்தார்.

ஆத்மா அருகில் போய் நின்றான்.

‘மாப்பிள்ளை! என் மூட்டு வலிக்கு ஒரு நல்ல டாக்டரிடம் காட்ட வேண்டும்’ என்றார்.

‘நாளைக்கு விடுமுறை. நாளன்றைக்குக் காட்டலாம்.’

'நாளை மாலை நாங்கள் ஊருக்குப் போகிறோமே?'

'அது முடியாது. பார்க்கலாம்.'

'டேய்! டேய்! கிட்டப் போகாதடா. திரி இன்னும் பிசு பிசு என்கிறது!'

'பயப்படாதே அப்பா.'

ஆத்மா சமையலறைக்கு வந்தான்.

'நித்யா!'

'என்ன என் பின்னாலேயே சுற்றுகிறீர்கள், அப்பா எங்கே?'

'அப்பா பட்டாசு சுடுவதை வேடிக்கை பார்த்துக் கொண்டிருக்கிறார்.'

'சின்னக் குழந்தைகள்! எனக்கு நிறையக் காரியம் இருக்கிறது. நீங்கள் சீண்டிக்கொண்டே இருந்தால் எனக்கு ஓடாது. இப்படி நுனி விரலில் தொடாதீர்கள். எனக்குக் குறுகுறு என்கிறது. ப்ளீஸ்! ராத்திரி பேசலாமே?'

'ராத்திரி பேச வேண்டாம்!' என்றான் ஆத்மா. நித்யாவின் நெற்றியில் வியர்த்திருந்தது. 'உப்பு எல்லாம் சரியாகப் போட்டிருக்கிறேனோ என்னவோ? அம்மா என்னைச் சமைக்க விட மாட்டாள். சுற்றுக் காரியம்தான், சமையல் மறந்து விட்டது.'

ஆத்மா நித்யாவின் அருகில் வந்து ஒரு துண்டினால் ஒற்றி விட்டான். 'உன்னிடம் விதம் விதமாக வாசனை அடிக்கிறது. சாம்பார்ப் பொடி வாசனை, பவுடர் வாசனை, உன் வாசனை!'

'உங்களிடம் குறும்பு வாசனை அடிக்கிறது. அவசர வாசனை அடிக்கிறது.'

'நித்யா! நித்யா! நித்யா! எவ்வளவு அழகான, என் தனிப்பட்ட, என் பிரத்தியேக என் என் என் வார்த்தை! என் பேர் என்ன சொல்?'

'ஆத்மா.'

'நான் யார்?'

'என் கணவர்.'

'இல்லை; காதலன்.'

'கணவன், காதலன். என் நெற்றிப் பொட்டை எல்லாம் கலைத்து விட்டீர்கள். கதவு திறந்திருக்கிறது.'

'உன் அப்பா வர மாட்டார். வந்தாலும் 'க்கும்' என்று கனைத்துக் கொண்டுதான் வருவார்.'

'க்கும்' என்று சத்தம் கேட்டது.

ஆத்மா விலகினான்.

'என்னம்மா, என்ன சமையல்?'

'ஏதோ செய்திருக்கிறேன் அப்பா!'

'உப்பு அதிகம் போடுவாள். பாஸ்கர்! சாப்பிட வா. மாப்பிள்ளை, உங்கள் அப்பாவுக்குச் சற்று உங்களிடம் கோபம்.'

'ஏன்?'

'தீபாவளிக்கு வரும்படி கடிதம் எழுதக் கூடாதா?'

'எழுதினால் வந்து விடுவாரா?'

'வருகிறாரோ இல்லையோ, எழுத வேண்டியது உங்கள் கடமை.'

இரவு. கண்ணாடி ஜன்னலுக்கு வெளியே வாகனங்கள் வெடித்தன. வானத்தில் தீச்சரங்கள் எரிந்து பளிச் பளிச்சென்று மின்னி விட்டு, சற்று நேரம் கழித்து, பஞ்சில் ஒத்தியதுபோல் வெடிகள் கேட்டன. நித்யாவுக்காக ஆத்மா காத்திருந்தான். அவள் வேண்டுமென்றே பாத்திரங்கள் ஒன்று விடாமல் தேய்த்துக் கழுவி, பால் காய்ச்சித் தாமதம் செய்தாள். கடைசியில் அவள் அந்த மெல்லிய இருட்டில் மெல்ல வந்து அவன் அருகில் அமர்ந்தபோது அவ்வப்போது ஜன்னலுக்கு வெளியே ஏற்படும் வெளிச்சத்தில் அவள் முகமும் உடலும் அவனுக்கு விதம் விதமாய்ப் பிரத்தியட்சமாகும்போது, அவள் மௌனமாகவே இருந்தாள். முதலில் பாசாங்கு, அப்புறம் விருப்பம், அப்புறம் ஆனந்தம்!

இரவு முழுவதும்... இரவு முழுவதுமே இருக்கிறது. நித்யா விழித்துக் கொள். தூங்காதே! அவள் அரைத் தூக்கத்தில் முனகி விட்டுப் பின் முழுவதும் விழித்து... என் அரசனே என்றாள்...

காலை எழுந்து, பலகைகளில் கோலம் போட்டு அவனை உட்கார வைத்து, எண்ணெய் வைத்து நீராட்டிச் சீயக்காயால் கண்ணீர் சிந்த வைத்து, தின்பண்டங்கள் தந்து, பட்டாசு கொளுத்தப் பயந்து, புதுப் புடைவை சரசரத்து, மத்தாப்பு போலச் சிரித்து அவனுடன் உராய்ந்து தீபாவளி மலர் பார்த்து...

அந்தக் கணங்கள் மிக அழகாக, சீராக அமைக்கப்பட்டிருந்தன. ஆனந்தத்தில் தோய்த்தெடுத்த கணங்கள்... மாமனார் பார்வையை ஏமாற்றித் தொட்டுக்கொண்ட கணங்கள். பார்த்துக் கொண்ட திருட்டுப் பார்வைகள். சொன்ன நேற்றிரவு ஞாபகங்கள். உதட்டின் கோடியில் மலர்ந்த அர்த்தம் புரிந்த புன்னகைகள் - தாலியில் மஞ்சள், நெற்றியில் குங்குமம், வேஷ்டிக் கரையில் ஜரிகை, பட்டாசில் சீன அழகிகள், தின்பண்டங்களில் புதைந்த திராட்சைகள்...

அவள் என் மனைவி... என் மனைவி...!

பிற்பகல் அவனை வருந்தி வருந்திச் சாப்பிட வைத்து வெற்றிலை மடித்துக் கொடுத்து தனியாகக் கிடைத்த சந்தர்ப்பத்தில் நித்யா அவனைக் கேட்டாள்.

'என்னை எப்பொழுது அழைத்துக்கொள்ளப் போகிறீர்கள்?'

'இன்றே, இப்பொழுதே!'

'விளையாடாதீர்கள். இந்த மாதம் வரக்கூடாது. கல்யாணமாகி ஆறு மாதமாகி விட்டது. ஒரே ஊரில் அப்பா வீடும், மாமனார் வீடும் இருப்பது கொடுமை. உங்கள் அம்மா ரொம்ப நல்லவர்கள். ஆனால், நான் படித்தவள் என்பதைச் சில வேளைகளில் மறந்து விடுகிறார். நானோ அடுத்த தெருவில் அம்மா வீடு போக முடியாது. கோவிலில்தான் பார்த்துக்கொள்ள வேண்டும். நீங்களோ கடுதாசிப் பிரியர். 'ஆக்ஷன்' இல்லை. லீவு கிடைக்காது. தலை தீபாவளிக்கு மாப்பிள்ளை மாமனார் வீட்டுக்கு வருவார். இங்கே தலைகீழ். நாங்கள் உங்களைத் தேடி வருகிறோம். அடுத்த மாதம், என்று எத்தனை தடவை தள்ளிப் போட்டு விட்டார்கள்! நான் என்ன பிஸ்கட்டா? ஏன் கடிக்கிறீர்கள்...!'

'நித்யா! இந்தத் தடவை பஞ்சாங்கத்தையெல்லாம் உதறிப் போட்டுவிட்டு உன்னைத் திடீர் என்று எனக்கு லீவு கிடைத்த மறுநாள் வந்து அப்படியே பிருத்விராஜ் மாதிரி கொண்டுபோகப் போகிறேன்!'

'பேசுவீர்கள் அவ்வளவுதான்... நீங்கள் சற்றுத் தூங்குங்கள். காப்பி போட்டதும் எழுப்புகிறேன். எனக்கு உள்ளே காரியம் இருக்கிறது.'

பிற்பகல் நன்றாகத் தூங்கி விட்டு ஆத்மா எழுந்தபோது மெல்லியதாக இருள் படர்ந்திருந்தது.

'நித்யா! காப்பி!' என்றான்.

'நித்யா!'

'நித்யா!'

'ஸார்! பாஸ்கர்?' விருட்டென்று எழுந்தான். 'நித்யா' என்றான். அறை காலியாக எதிரொலித்தது.

'எங்கே அவர்கள்?' அறை அறையாகத் தேடினான். நித்யா இல்லை. மாமனார் இல்லை. எங்கே போனார்கள்? வராந்தாவில் நிற்கிறார்களா? அவசரம் அவசரமாக வராந்தாக் கதவைத் திறந்தான். அங்கேயும் இல்லை.

உள்ளே வந்து நின்றான். 'நித்யா!' என்றான் உரக்க. நகத்தைக் கடித்தான்.

'யாரைத் தேடுகிறாய்?' என்ற குரல் அந்த அறையில் படர்ந்தது.

'அவர்கள் எங்கே? என் மனைவி நித்யா எங்கே?'

'அவர்கள் இல்லை.'

'இல்லை என்றால்?'

'அவர்கள் அவ்வளவுதான்.'

'என்ன விளையாடுகிறாய்? என் மனைவி எங்கே? எனக்குக் காட்ட வேண்டும். அவளுடன் நிறையப் பேச வேண்டும்.'

'அவர்கள் இனிப் பேச மாட்டார்கள்.'

'ஏன்?'

'ஆத்மா, நீ யார்?'

'நான் ஒரு பிரஜை.'

‘உன் வேலை என்ன?’

‘கம்ப்யூட்டர் காட்டில் ஓர் இன்ஜினியர்.’

‘உன் அப்பா யார்? உன் அம்மா யார்?’

‘தெரியாது. தெரியாது.’

‘கிடையாது. அதுதான் பதில். உனக்கு மனைவி கிடையாது. சுற்றம் கிடையாது. நீ ஒரு பிரஜை. அவ்வளவுதான். ஒரு ரசாயனச் சேர்க்கை - அவ்வளவுதான் நீ!’

‘அவர்கள் எல்லாம் எவ்வளவு நிஜமாக இருந்தார்கள்!...’

‘நீதான் அவர்களை வரவழைத்தாய். ஞாபகம் இருக்கிறதா? சென்ற நூற்றாண்டுப் புத்தகங்களை ஆராய்ந்தாய். எனக்கு விடுமுறைக்கு, சென்ற நூற்றாண்டு பாணியில், ஒரு தலை தீபாவளி வேண்டும் என்று கேளிக்கை ஸ்தாபனத்துக்கு அறிவித்தாய். ஞாபகங்கள் வேண்டும் என்றாய். ஒரு மனைவி வேண்டும், ஒரு மாமனார் வேண்டும், அவருக்கு மூட்டு வலி வேண்டும், ஒரு பையன் வேண்டும், குறும்பு வேண்டும்... இந்த யுகத்தை ஒரு தினம் மறந்திருக்க வேண்டும் என்றாய். ஞாபகம் இருக்கிறதா?’

‘ஆம்! இப்பொழுது அவர்கள் எல்லாம்...’

‘உன் மனத்தில், உன் சூழ்நிலையில் உண்டாக்கப்பட்ட பிம்பங்கள். விஞ்ஞான சாகசத்தால் அமைக்கப்பட்ட உண்மைப் பொய்கள். ஒரு தினத்துக்காக வரையப்பட்ட உயிர்க் காட்சிகள்!’

‘அவர்கள் எத்தனை நிஜமாக இருந்தார்கள்! நான் அவளைத் தொட்டேன்; வாசனை பார்த்தேன், சிரித்தேன், வருத்தப் பட்டேன், கவலைப்பட்டேன். இல்லை. அவர்கள் நிஜம், நிஜம். எங்கே என் மனைவி? அவர்கள் நிஜம்!’

‘நிஜம் இல்லை. நம் யுகத்தின் விஞ்ஞான சாகஸம்! வெற்றி! விஞ்ஞானம் எதுவும் தரும்.’

‘இல்லை. அவர்களை என்னால் மறக்க முடியாது! மறக்கவே முடியாது!’

‘மறந்து விடுவாய். மறக்கப் போகிறாய். ஆத்மா மெல்ல நட! (நடந்தான்) அறையின் மத்திக்குச் செல் (சென்றான்). மெதுவாக

படுத்துக் கொள். தலையைச் சரி செய்துகொண்டு மேலே பார். கண்களை மூடு... ஆத்மா! உன் கடமைக்குத் திரும்பு. நீ சமுதாயத்தின் பகுதி. நீ நீ அவ்வளவுதான். மெதுவாக மெதுவாக அவர்களை மற... விளையாட்டு முடிந்து விட்டது. இனி கடமை... கண்ணை மூடு மற... அவர்களை மற...'

ஆத்மா நேராக விட்டத்தை நோக்கி அண்ணாந்து விறைப்பான சயனத்தில் படுத்தான். மறதி அலைகளை மிகப் பிரயத்தனத்துடன் மீறி அவன் நாக்கு மேல் அண்ணத்தைத் தொட்டு விட்டு மேல் பற்களின் நுனியைத் தொட்டு விட்டு, மெதுவாக வாய் திறந்து ஒரே ஒரு வார்த்தை அமைத்தது: நித்யா.

இப்பொழுது அவன் சலனமில்லாமல் ஆகி விட்டான்.

எதிரே சுவரில் அந்த எண்கள் மாறிக் கொண்டிருந்தன. 27, 28, 29...

14

மிஸ்டர் முன்சாமி ஒரு 1.2.1

(Flowers for Algernon பாதிப்பில் எழுதிய கதை)

1

எம் பேரு முன்சாமி. ஜென்லாஸ்பத்ரிலே கேட்டாண்டே நின்னிக்கினு பலகாரம் வாங்கிக்கினு வருவேன். அப்புறம் சென்ட்ரல்லே உள்ளே உட்டாங்கன்னா சேட்டுங்களுக்கு மூட்டை தூக்குவேன். ஒரிஜினல் வேல் புஸ்தகம் விப்பேன். என்னா வேணா செய்வேன். திருட மாட்டேன். எனக்கு ஒருத்தரும் கிடையாது. ஏதோ பொளப்பு அங்கே இங்கே ஓடறேன். வாத்யார் படம் மட்டும் பார்ப்பேன். தந்தி பேப்பர் இந்த வெம்பன் பய வந்தான்னா படிச்சுக் காட்டுவான் அர்சியல் பேசறதில்லே. எவென் ஆண்டா!! எனக்கு என்ன, அன்னன்னிக்கு பொய்தை ஓட்டி ப்ளாட்பாரத்திலே படுக்கவே நமக்குச் சரியாக்கீது. எப்பவாவது கொஞ்சம் ஷோக்கா இருந்தா ராயபுரத்திலே அர்ணாசலம் இல்லை... அவனோட போயி... அது ஏன் சாமி உனிக்கெல்லாம்... நான் சொல்ல வந்த விஷயம் வேற.

திடீர்னு எனக்கு என்ன ஆச்சு. அதான் சொல்ல வந்தேன். ரொம்ப நாளா நான் ஆஸ்பத்ரி கேட்டாண்டே ஒரு அம்மாவைக் கவனிச்சிருக்கேன். அம்மான்னா சின்னப் பொண்ணுதான். டாக்டரு படிச்சுட்டு என்னவோ பெரிய படிப்பு படிக்குது பெஷலா. சும்மா சொல்லக் கூடாது. ஜோதிலச்சுமி மாதிரி ஒடம்பு; சிரிச்ச முகம். இந்தப் பையனுங்க பல பேர் ரொம்பச் சுத்தினானுக அவளை. ம்? அதுங்கிட்டயா? அது இங்கிலீஷ் பேசினா ஸும்மா அப்பிடி நாக்கு நுனிலே வெளையாடும். என்னா அலச்சியம்? பெரிய பெரிய டாக்டருங்களை கரவம் ஆட

வெக்கும். ஷ்டெடிய்யா அப்படியே... என்னா சொல்றது வாத்யாரே வார்த்தை வரல்லே!

அந்தப் பொண்ணு வந்து என்னைக் கூப்பிடறான்னா பாத்துக் கயேன். எனக்கு எப்படி இருக்கும்? இன்னாடான்னு ஆய்டுச்சு. நடந்து போய்க்கினே இருந்தது. என்னைத் திரும்பப் பார்த்து இதபார் இங்கே வான்னு கூப்பிட்டுது. என்னையாம்மான்னு நான் திரும்பித் திரும்பிப் பார்த்துக்கினேன். ஆமா, உன்னைத்தான்; உம் பேர் என்னன்னுது. எம்பேர் முன்சாமின்னேன். முன்சாமி, எங்கூட வான்னு கூப்பிட்டுது. எதுக்கும்மான்னேன். சும்மா வாயேன்னது. எனக்கு ஒரு விதமா ஆய்டுச்சு. அது விடுவிடுன்னு நடக்குது. நான் கூடவே ஓடறேன். உள்ளே ஆஸ்பத்திரிக்குள்ளே கூட்டிக்கினு போவுது. ஜெனரல் வார்டு, பிரசவ வார்டு எல்லாம் தாண்டிப் புதுக் கட்டிடத்திலே பூந்து அது என்ன 'லிட்'டா, அது ஏறி சர்ருனு மேலே போனோம். அஞ்சாவது ஆறாவது மாடிலே போய் ரூமுக்குக் கூட்டிணு போச்சு. அங்கே ஒரு பெரிய டாக்டரு உக்காந்திருக்காரு. ரங்காராவ் கணக்கா. அவரோட இது ஏதோ இங்கிலீஷ்லே பேசிச்சு. அவரு என்னைப் பார்த்து உட்காருன் னாரு. அந்தப் பொண்ணும், 'முன்சாமி நாற்காலிலே உக்காரு. பயப்படாதேன்னு' சொல்லிச்சு. அந்த ரூம்லே ஒரே மிஷினா இருந்திச்சு. எலட்ரி வேலைகள் எல்லாம். அப்புறம் போட்டோ எடுப்பாங்களே அது. அப்புறம் கண்ணாடி சாமான்கள், பள பளன்னு ஆயுதங்கள். எனக்கு ஒண்ணுமே புரியலை வாத்யாரே! இந்த அம்மாவானா கேள்வி மேலே கேள்வி கேக்கறாங்க. எத்தனையாவது வரைக்கும் படிச்சிருக்கேன்னாங்க.

இஸ்கோல் பக்கமே போனதில்லை நானுன்னேன். அப்பா அம்மா எங்கேன்னாங்க. அப்பா ராயப்பேட்டை ரங்கன்னு, டேப்பு நல்லா அடிப்பாரு. காலாவதி ஆய்ட்டாரு. அம்மாவும் சின்ன வயசி லேயே பூட்டாங்கன்னேன். எய்தப் படிக்கத் தெரியுமானதுக்கு பொம்மை பார்ப்பேன்னேன். கல்யாணம் ஆய்டுச்சான்னு கேட்ட துக்கு சும்மா சிரிச்சேன். அவங்களும் சிரிச்சுட்டாங்க. அவங்க ரெண்டு பேரும் ஒருத்தரை ஒருத்தர் பார்த்துக்கினு மறுபடி இங்கிலீஷ்லே பேசிக்கினாங்க. அப்புறம் மலையாளத்து நர்சி வந்து என் கைலே ரப்பர் சுத்திச்சு. புஸ்ஸு புஸ்ஸுன்னு பம்ப் அடிச்சுது. ஒரு பொஸ்தவத்தைக் கொண்டாந்து பிரிச்சு முன்சாமி இதில் என்ன தெரியுது உனக்குன்னாங்க. கலர் கலரா புள்ளி புள்ளியாத் தெரியுதுன்னேன். சட்டையைக் கய்ட்டச் சொன்னாங்க. மார்பிலே வெச்சுப் பாத்தாங்க... பயப்படாதே முன்சாமி. உன்னை

ஒண்ணும் செய்ய மாட்டோம். முன்சாமி நான் சொல்றதைக் கெவனமாக் கேளுன்னாங்க. என்ன செய்யப் போறிங்கன்னேன். முன்சாமி உனக்கு என்ன ஆசைன்னாங்க. ஆஸ்பத்திரிலே தொப்பி போட்டு வண்டிலே தள்ளிக்கினே போறானே, அந்த வேலை எனக்கு வாங்கிக் கொடுத்துடுங்க. அதான் ஆசைன்னேன். முன்சாமி, உனக்கு எங்களை எல்லாம் போல் படிக்க ஆசையா, பேச ஆசையா, பெரிய பெரிய பொஸ்தகங்கள்ளாம் படிக்கறாப்பலே ஆசை இருக்குதான்னாங்க. அதெல்லாம் நடக்காதும்மான்னேன். நடக்க வெக்கிறோம்னாங்க. எப்படின்னேன். அந்த டெச்சர் தள்றானே அவனைவிட நீ முன்னுக்கு வர முடியும். உன்னாலே தமிளு அப்றம் இங்கிலீஷ் எல்லாம் படிக்க முடியும். பெரிய பெரிய பொஸ்தகங்கள், விஷயங்கள் எல்லாம் உனக்குச் சட்டுன்னு விளங்கும். எல்லாம் ஒரு இரண்டு மூணு மாசத்திலே நடக்கும். ஆப்ரேசன் பண்ணிக்கன்னாங்க!

ஆப்ரேசனா! இன்னா ஆப்ரேசன்னு கேட்டேன். ஒண்ணும் வலிக்கவே வலிக்காது. கொஞ்சநாயி கம்முனு தூங்குவே. அவ்வளவு தான். அப்புறம் சாதாரணமா நடமாடுவேன்னாங்க. ஆப்ரேசன் பண்ணிக்கினா பொஸ்தவம் படிக்க முடியுமான்னு கேட்டேன். பொஸ்தவம் மட்டுமில்லே, எய்த முடியும், பேச முடியும். இப்படி ஆயிடுவே, அப்படி ஆய்டுவேன்னு என்னென்னவோ சொன்னாங்க. முதல்லே பயந்தேன். அந்த அம்மா ரொம்ப நல்லா பேசிச்சு. இதிலே பயப்பட ஒண்ணுமில்லே. உனக்கா இஷ்டமிருந்து பண்ணிக் கிறேன்னு சொன்னாத்தான் உன்னை நாங்க தொடுவோம். ஆனா இதிலே உனக்கு நெறய நல்லது. மறுபடி திருப்பித் திருப்பிச் சொன்னாங்க. அந்த அம்மா சொல்ற விதத்தைப் பார்த்தா இதிலே ஒண்ணும் ராங்கா ஏதும் இருக்காதுன்னு தோணிச்சு. எத்தனை நாள் பிளாட்பாரத்திலே தூங்கப் போறே? எத்தனை நாள் மூட்டை தூக்கப் போற? இந்த மெட்ராஸ்லே ஒன்னை மாதிரி எத்தனை பேரு அடுத்த வேளைச் சோத்துக்கு என்ன செய்கிறதுன்னு தெரியாம ஏதோ எறும்பு போல வாள்றாங்க சரி, ஆப்ரேசன் செஞ்சுக்கிறேன்னு சொல்லிட் டேன். அப்பவும் காயிதம் கொண்டு வந்து கைலே மசி தடவி வாங்கிக் கிட்டாங்க. என்ன என்னவோ டெஸ்டுகளெல்லாம் பண்ணாங்க. மத்தா நா வரச் சொன்னாங்க.

காலையிலே ஆஸ்பத்திரிக்குப் போய்ட்டேன். டாக்டரம்மா காத்திருந்தாங்க. தன் பேர் லீலான்னு சொன்னாங்க. அந்தப் பெரிய டாக்டர் பேரும் சொன்னாங்க. வாயிலே நுளையல. கிறிஸ்தவங்க

போலே. ஜூஸ் மாதிரி கொடுத்தாங்க. தலைலே வெள்ளைத் தொப்பி போட்டாங்க. வெள்ளைலே பனியன் எல்லாம் கொடுத்தாங்க. சௌகரியமாக படுக்கச் சொன்னாங்க. அந்த அம்மா என்னை விட்டு நகரவே இல்லை. என் கூடவே ஷோக்கா பேச்சுக் கொடுத்துக்கினே சிரிச்சுக்கினே இருந்திச்சு. அப்றம் நரம்பு ஊசி போட்டாங்க. ஒடம்பெல்லாம் சரியான சூடு வாத்யாரே! அப்புறம் வண்டி தள்ளிக்கினு உள்ளே கொண்டு போனாங்க. அப்றம் மறுபடி ஊசி போட்டாங்க. இன்னா சொருகு சொருகிச்சு வாத்யாரே!

2

மூன்று மாதங்கள், தொண்ணூறு நாட்கள், நான் இந்த இடத்திற்குச் சிகிச்சைக்காக வந்து.

டாக்டர் லீலா இன்று நான் வெளியே உலாவப் போகலாம் என்று சொல்லி இருக்கிறாள். சொல்லும்போது அவள் நெற்றியில் விளையாடிய மெல்லிய கூந்தலின் ஒன்றிரண்டு கற்றைகளைக் கவனித்தேன்... வந்தனம் டாக்டர். நான் அறையிலேயே இருக்கிறேன். புத்தகங்கள் படிக்க வேண்டும் என்றேன். புத்தகங்கள் போதாதா மிஸ்டர் முனுசாமி என்றார். இன்னும் வேண்டும், இன்னும் இன்னும் வேண்டும் என்றேன். மறுபடி அந்தப் புன் முறுவல். பற்கள் தெரியாமல் உதட்டோரத்தில் மட்டும் மெல்ல மலரும் மிக மெல்லிய புன்முறுவல்.

என்னருகே எத்தனை புத்தகங்கள், எத்தனை புத்தகங்கள். படித்து விட்டேன். என் தூக்கத்தில் என் தலைமாட்டில் டேப் ரிக்கார்டர். அதை மறுபடி செயல்படுத்தினேன். அது மெலிதாக முணு முணுத்தது. ‘உறவு, பந்தம், பாசம், அன்பு, பரிசு, ஆசை, நேசம், நட்பு, காதல்...’ அணைத்தேன்.

எத்தனை வார்த்தைகள், இரண்டு மனித மனங்களின் ஈடு பாட்டைக் காட்ட.

அந்தக் கடைசி வார்த்தை... காதல்!

டாக்டர் லீலா மறுபடி உள்ளே வந்தாள். ‘டாக்டர், இன்று உங்களுக்கு ஒரு பரிசு அளிக்கப் போகிறேன்’ என்றேன். ‘அப்படியா?’ என்றாள். மாத்திரை சீசாவைப் பார்த்தாள். ‘8 மணி மாத்திரையை இன்னும் சாப்பிடவில்லை நீங்கள்?’என்றாள்.

'டாக்டர், 8 மணி மாத்திரையைச் சற்று மறந்திருக்கலாம். காதல் என்ற வார்த்தைக்கு என்ன அர்த்தம் என்று சொல்லுங்களேன்.'

'நீங்கள்தான் சொல்லுங்களேன்.'

'டாக்டர், நான் எப்படி மாறி விட்டேன். சாக்கடையில் இருந்த வனைக் கதவு திறந்து வண்ணங்கள் நிறைந்த பூங்காவிலே உலவ விட்டிருக்கிறீர்கள்! அதுவும் தகுதியுடன் உலவ விட்டிருக்கிறீர்கள்! இது என்ன மாயம்? டாக்டர், நான் எப்படி இருந்தேன்?' என்றேன்.

'ஒன்றும் தெரியாமல்.'

'இல்லை. அறிவு, சுத்தம், நாகரிகம் எதுவும் படாத ஒரு உலகத்தில்... இப்பொழுது?'

'நிறையப் படிக்கிறீர்கள்.'

'படிக்கிறேன். எத்தனை விந்தைகள்! எத்தனை வார்த்தைகள். இரவு பகலாக விஞ்ஞானத்தை வளைத்து எனக்குப் புகட்டிப் புகட்டி என் சிந்தனைக்கு வடிவம் கொடுத்து அதிவேகத்தில் அத்தனை வார்த்தைகளைக் கிரகிக்க வைத்து பேச்சு, நடை, இலக்கணம், வாக்கிய அமைப்பு, சொல்லும் விதம், அறிவு எல்லாம் இந்தச் சிறிய காலத்தில் இத்தனை சீக்கிரம் இத்தனை வேகத்தில் என்னில் ஏற்றி எனக்குப் புதிய பிறவி அளித்த உங்களுக்கு நான் ஒரு பரிசளிக்க வேண்டும்...'

'மிஸ்டர் முனுசாமி, இந்தப் பரிசோதனை இன்னும் முடிவு பெறவில்லை.'

'இனி என்ன டாக்டர்! எனக்கு வழி அமைத்துக் கொடுத்து விட்டீர்கள். அந்த வழி செல்லும் திக்கையும் காட்டி விட்டீர்கள். இனி என்ன?'

'இனிமேல்தான். இனிமேல்தான்!' என்றாள் டாக்டர் லீலா. கண்ணாடி ஜன்னல்களின் ஊடே திரை ஊடே அவள் மேல் வெளிச்சம் விதம் விதமாகப் படும்போது சொல்லி விடலாமா என்று யோசித்தேன். இந்தப் பெண் புரிந்த விந்தை நான். இவள் செய்த புதிய சகாப்தம் நான்... இவள் இல்லையேல் இந்தப் புதிய நானில்லை. இன்னமும் எத்தனை பரிவு எத்தனை ஆதங்கம் என்மேல்! 'அதிகம் படிக்காதீர்கள்' 'வெளிச்சம் பின் பக்கத்தி

லிருந்து வர வேண்டும்!' 'ரத்த அழுத்தத்தை அவ்வப்போது கவனிக்க வேண்டும்' 'நீங்கள் ஒரு விலை உயர்ந்த நகைபோல எங்களுக்கு.'

'டாக்டர்' என்றேன்.

'சொல்லுங்கள்.'

'இதைப் படியுங்கள்' என்றேன்.

புத்தகத்தைப் பிரித்தாள். 'டாக்டர் லீலாவுக்கு,

அன்புடன்,

பக்தியுடன்,

பாசத்துடன்

காதலுடன் முனுசாமி' என்று எழுதி இருந்தேன். கடைசி வார்த்தையில் சற்று நேரம் அவள் கண்கள் தயங்கின. என்னை நிமிர்ந்து பார்த்தாள். 'காஃப் லவ் என்று ஆங்கிலத்தில் ஒரு வார்த்தை இருக்கிறது'என்றாள்.

'டாக்டர், என்னுள் ஒரு ஜுரம் இருக்கிறது. ஆபரேஷனுக்குப் பிறகு என் ஞாபக சக்தி சாதாரண சக்தியை விடப் பதினைந்து பதினாறு தடவை செயல்படுகிறது. என்னில் தன்னம்பிக்கை ஊறுகிறது. எனக்குக் காட்டப்பட்ட புதிய அறிவுலகத்தில் வெற்றி பெற எனக்கு எல்லாத் தகுதிகளும் ஏற்பட்டு விட்டன. ஒரு நிமிஷம் அந்தப் புத்தகத்தைக் கொடுங்கள் என்னிடம். ஏதாவது பக்கத்தைக் காட்டுங்கள். ஒரு தடவை படிக்கறேன். மூடுகிறேன். உடனே ஒப்பிக்கிறேன். என் பேச்சு செப்பனிடப் பட்டு விட்டது! இதற்கெல்லாம் ஒரே காரணம் நீங்களும் டாக்டர் பெர்னாண்டஸும். முக்கியமாக நீங்கள், உங்கள் இனிய குரல், இனிய பேச்சு, பாவனைகள், என்மேல் எப்பொழுதும் விரவி நிற்கிறீர்கள். என் மனத்தில் என் ரத்த ஓட்டத்தில்! டாக்டர், நான் உங்கள் அடிமை. உங்களை... உங்களை... உங்களை.. நான் காதலிக்கிறேன்.'

'ஓகோ!' என்றாள் டாக்டர்.

'ஓ எஸ்!' என்றேன். 'ஏன் டாக்டர், நான் அழகாக இல்லையா?'

'அப்படி இல்லை முனுசாமி. உங்களுக்கும் எனக்கும் சென்ற மாதங்களில் ஏற்பட்ட உறவு, ஒரு தனிப்பட்ட டாக்டர் - பேஷண்ட் உறவு. உங்களை வெறும் பேஷண்ட் என்று சொல்ல முடியாது. எங்கள் ஆராய்ச்சிக்கு உதவிய ஒரு முக்கியமான பேஷண்ட். இருந்தும் உங்களுடன் நான் பழகியது, பேசியது, போதித்தது எல்லாம் மனத்தத்துவ ரீதியில் ஒரு சோதனை செய்வதற்காக.'

'காதல் மனத்தத்துவ ரீதியில் ஒரு சோதனை இல்லையா டாக்டர்? நான் உங்களுக்குத் தகுதி இல்லாதவனாக நீங்கள் எண்ணலாம்.'

'சேச்சே! அப்படி இல்லை. இன்றைக்கு உங்களுக்குத் தெரிந் திருப்பதில் எனக்குப் பாதிதான் தெரியும்.'

'என்னை நீங்கள் ஏற்றுக் கொள்வீர்களா - உங்கள் வேலைக்கார னாகவாவது?'

'தன்னம்பிக்கை இல்லாமல் பேசாதீர்கள்.'

'தன்னம்பிக்கை இருப்பதால் நேராக அப்பட்டமாக உங்களைக் கேட்கிறேன். என்னை மணம் செய்துகொள்வீர்களா?'

'இப்பொழுதே பதில் வேண்டுமா? சற்று யோசிக்க வேண் டாமா?'

'யோசித்துச் சொல்லுங்க. என் தகுதிகள் என்ன என்பது உங்களுக்குத் தெரியும். நான் எப்படி இருந்தவன் என்பதும் உங்களுக்குத் தெரியும். நான் எப்படி ஆனேன் என்றும், என்ன வெல்லாம் சாதிக்க முடியும் என்றும் தெரியும்.'

'எல்லாவற்றையும் யோசித்து நாளை பதில் சொல்கிறேனே... அது என்ன புத்தகம்?'

'சிலப்பதிகாரம்.'

'அடேயப்பா. நீங்கள் ரொம்ப ஃபாஸ்ட், குட் நைட்' என்று மறுபடி அந்த விசேஷப் புன்னகை செய்து விட்டுச் சென்றாள்.

அவள் போன பின் அந்தப் புன்னகையை என் கட்டிலுக்கு எதிரே வைக்கப்பட்டிருந்த மலர்களில் மறுபடி பார்த்தேன். நாளைக் காலை, நாளைக் காலை. பாடினேன். 'மாசில் வீணையும்...'

இரண்டு மணி நேரத்தில் நான் சற்றும் எதிர்பாராத விதத்தில் டாக்டர் லீலா மறுபடி வந்தாள்.

'மிஸ்டர் முனுசாமி, நான் உங்களுடன் பேச வேண்டும்' என்றாள்.

'சொல்லுங்கள் டாக்டர்.'

'நீங்கள் சற்று முன் என்னிடம் கேட்டதை டாக்டர் ஃபெர்னாண்டஸ் ஸிடம் சொன்னேன். அவர் உடனே உங்களிடம் விஷயத்தைச் சொல்லி விடுவதுதான் உசிதம் என்று அபிப்பிராயப்பட்டார். எனக்கும் அப்படியே தோன்றுகிறது.'

'உட்காருங்கள். என்ன விஷயம் சொல்லுங்கள்.'

அவள் ஒரு ஸ்டூலை என் அருகில் இழுத்துப் போட்டுக்கொண்டு உட்கார்ந்தாள். தன் நகத்தைப் பார்த்துக்கொண்டே பேசினாள்.

'முனுசாமி, நாங்கள் உங்களுக்கு இந்த ஆபரேஷன் செய்த பின்னணியைச் சொல்லி விடுகிறேன் முதலில்.'

தயங்கினாள். மறுபடி பேசினாள்.

'சமீபத்தில் அமெரிக்காவில் டானியல் கீஸ் என்பவர் இந்த ஆபரேஷனை ஒரு வெள்ளெலிக்கும் ஒரு மனிதனுக்கும் செய்தார்; செய்து ஆச்சரியப்படத்தக்க முடிவுகளை வெளியிட்டார். கார்டன் என்கிற அந்த மனிதன் உங்களைப் போல எழுதப் படிக்கத் தெரியாத பாமரனாக மிகக் குறைந்த அறிவு மட்டத்தில் இருந்தவன். ஆபரேஷனுக்குப் பிறகு மிகச் சில தினங்களில், அவன் அறிவு சிக்கலான கணக்குகளும் சிக்கலான புத்தகங்களும் படித்துப் புரிந்துகொள்ளும் அளவுக்கு விருத்தியாகி விட்டது என்று ஆபரேஷனின் முழு விபரங்களும் கொடுத்திருந்தார். அந்த சிகிச்சையை நாமும் செய்து பார்த்தால் என்ன என்று எனக்கும் டாக்டர் பெர்னாண்டஸுக்கும் தோன்றியது. உங்களைத் தேர்ந் தெடுத்தோம்...'

'அது என் அதிர்ஷ்டம் டாக்டர்! ஆபரேஷனை வெற்றிகரமாகச் செய்து விட்டீர்களே. சிலப்பதிகாரம் படிக்கிறேனே! உங்களை நாகரிகமாகக் காதலிக்கிறேனே!'

'ஆம் முனுசாமி. ஆனால், இந்த ஆபரேஷனில் ஒரு சிக்கல் இருக் கிறதாக ஸ்ட்ராஸ் என்று ஒரு டாக்டர் அறிவித்திருக்கிறார்.'

'சிக்கலா? அது என்ன? நான் சமாளிக்கிறேன் டாக்டர், என்னால் அது முடியும்.'

'முடியாது மிஸ்டர் முனுசாமி. கவனமாகக் கேளுங்கள். அதிர்ச்சியைத் தாங்கிக் கொள்வீர்கள் என்று எனக்கு நம்பிக்கை இருக்கிறது. அதனால்தான் உங்களிடம் இதைச் சொல்கிறேன்.'

சற்றுத் தயங்கி விட்டு டாக்டர் லீலா தெளிவாக என்னிடம் சொன்னாள். 'முனுசாமி, எத்தனை வேகமாக நீங்கள் இந்த அறிவைப் பெற்றீர்களோ, எத்தனை விரைவில் நீங்கள் எல்லா வற்றையும் கற்றுக் கொண்டீர்களோ, அத்தனை விரைவில், ஏன் அதைவிட விரைவில் எல்லாவற்றையும் ஒன்று விடாமல் மறந்து போய்விடுவீர்கள்! அதுதான் இந்த ஆபரேஷனில் சிக்கல்!'

'டாக்டர்!'

'ஆம்! இதில் ஒரு மூர்க்கத்தனமான நியாயம் இருக்கிறது. அறிவு எளிதில் வந்து விடாது. விஞ்ஞானத்தை வைத்துக்கொண்டு அறிவு பெறும் முறையைச் சுருக்கினால் அதற்கு ஒரு நஷ்ட ஈடு இது. எல்லாவற்றையும் அதே வேகத்தில் மறந்து போய் விடுவீர்கள் சீக்கிரமே! சீக்கிரமே!'

அந்த அறை சட்டென்று இருண்டது எனக்கு...

1

'இன்னாடா, முன்சாமி, கொஞ்ச நாளாக் காணோம்? திருத்தணிக்குக் காவடி எடுத்தியா!'ன்னு பின்னால் சத்தம் கேட்டுது. திரும்பினா இந்த வேம்பம் பய!

'அதை ஏன் கேக்கற வேம்பா. கொஞ்ச நாளா இன்னா ஆச்சுன்னே தெரியலை. சரியாவே யாவகம் இல்லே. யாரைப் பார்த்தாலும் எங்கேயோ பார்த்த மாதிரி தோணுது. அதோ பார் அந்தப் பொண்ணு! போவுது பாரு, அதைக்கூட எங்கேயோ பார்த்திருக் கிறேன் வாத்யாரே! என்னவோ போ, ஒண்ணும் செரியாவே இல்லை... பேப்பர் வைச்சிருக்கியா! படிச்சிக் காட்டு... இன்னா ஆச்சு சிலோன் லைலா கேஸு?'

15

துணை

முன் குறிப்பு: இந்தக் கதையின் முடிவைப் புரிந்து கொண்டவர்கள் தயவு செய்து எனக்குத் தெரிவிக்கவும்.

அந்தச் சிறிய ஸ்டேஷனில் அவன் ஒருவன்தான் இறங்கியிருப்பான். ஸ்டேஷன் மாஸ்டர் பாயிண்ட் மாற்றி விட்டு, மணியடித்து விட்டுப் பச்சைக் கொடியை வீசிவிட்டு, அவன் டிக்கெட்டை வாங்கிக்கொண்டு விருவிரு என்று நடந்தார். அவன் அவசரமில்லாமல் ஸ்டேஷனை விட்டு வெளியே வந்தான். எதிரே மண் சாலை தெரிந்தது. சூரிய வெளிச்சத்தின் கடுமையில் மரங்களின் கீழ் குட்டை நிழல்கள் ஒளிந்து கொண்டிருந்தன. பூமி சமீபத்திய பசுமைக்குப் பிறகு பாளம் பாளமாக வெடித்திருந்தது. எதிரே மனிதர் எவரும் தென்படவில்லை. தூரத்தில் உஷ்ண அலைகள் தெரிந்தன.

அவன் தன் பையைத் தோளில் மாட்டிக்கொண்டு அந்த மண் சாலையில் நடக்க ஆரம்பித்தான். அவனுக்கு இருபத்தியொரு வயதிருக்கலாம். சன்னமாக மீசை வைத்துக்கொண்டு கண்களின் கீழ் கறுப்புத் தெரியப் புகை பிடிக்கும் பழக்கத்தால் உதடுகள் கருத்திருக்க...

'தம்பி நீங்க எங்கே போறீங்க?' என்று குரல் கேட்டுத் திரும்பினான். திரும்பியதும் தெரிந்தவரின் மீசைதான் அவனுக்குப் பிரதானமாகத் தென்பட்டது. அடர்த்தியான கறுத்த மீசை. கிராமத்துக்குக் காவல் தேவன்போல் அந்த ஆசாமி நெற்றியில் பொட்டும் முக்கால் கைச்சட்டையும் உயரம் குறைந்த வேட்டியும் முரட்டுச் செருப்பும் நீண்ட கழியுமாக அவனைப் பார்த்துச்

சிரித்தார். அவருக்கு முப்பத்தி ஆறு வயதிருக்கலாம். ஏதோ ஒரு கோணத்தில் அவர் அழகாகக்கூட இருந்தார்.

'பள்ளிப்பாளையம்!' என்றான்.

'நான்கூட அந்தப் பக்கம்தான் போகிறேன். நல்லது. பேச்சுத் துணையா இருக்கும்.'

'பள்ளிப்பாளையம் இங்கிருந்து எவ்வளவு தூரம் இருக்கும்?'

'நாலு ஐந்து மைல். நீங்க முதல் தடவை போறீங்களா?'

'ஆம்.'

அவர் இளைஞனை ஏற இறங்கப் பார்த்தார்.

'சமூக சேவகரா?'

'ஆம்! என்ன வெய்யில்!'

'என்ன சேவகம் பண்ணப் போறீங்க?'

'பொதுவா சர்க்கார் கொள்கைகளைப் பரப்பறது. குடும்பக் கட்டுப்பாடு, கம்யூனிட்டி டெவலப்மெண்ட் அப்படி!'

அவர் சிரித்தார். அவர் செருப்பு சரக்கிட்டது.

'ஏன் சிரிக்கிறீங்க?'

'கிராமத்தை மாத்தப் போறீங்களா?'

'மாத்த முயற்சி செய்யப் போகிறேன்.'

'இதுக்கு உங்களுக்குச் சம்பளம் கொடுக்கிறாங்களா?'

'இதிலே எனக்குப் பயிற்சி கொடுத்திருக்காங்க. ஸ்டைபெண்ட் மாதிரி தராங்க. நான் ஒரு பி.ஏ.'

'அப்படியா! செய்யுங்க. முயற்சி பண்ணிப் பாருங்க!'

'ஏன் அப்படிச் சொல்றீங்க?'

'பணம் சம்பளம் எதுவும் இல்லாமல் என்னுடைய சொந்த ஆசையினாலே இலவசமா, இப்ப நீங்க போறீங்களே, அதே பள்ளிப்பாளையத்தை நான் மாத்தப் பார்த்தேன்... கிராமத்தை மாத்த முடியாதுங்க!'

‘அப்படியா?’

‘ஆரம்பத்திலேயே உங்களை ‘டிஸ்கரேஜ்’ பண்ணறேன்னு நினைச்சுக்காதீங்க.’

‘டிஸ்கரேஜ்’ என்கிற வார்த்தையில் இளைஞன் புருவம் சற்று உயர்ந்தது.

‘எனக்கு இங்கிலீஷ் தெரியும் தம்பி. என்னைப் பார்த்தால் நாட்டான் போல இருக்கிறதல்லவா? பார்வையை நம்பாதீங்க. நான் வேறு விதமானவன். கிராமத்தைப் பற்றி நிறைய தெரிந்தவன். கிராமத்திலே ஊறியவன். கிராமத்து மூட ஜனங்களைப் பாதுகாத்தவன். அவங்களை ஒப்பேத்தறதுக்கு முயற்சி பண்ணினவன்; அதனோட அமைப்பை- நூத்துக்கணக்கான வருஷங்களா அதில் படிந்திருக்கிற நம்பிக்கைகளை, பழக்கங்களை-மாத்த முயற்சி செய்தவன்... முடியலை!’

‘அப்படியா? நீங்க...’

‘என் பேர் மாடசாமி. எனக்கு என்ன வயசிருக்கும்?’

‘சுமார் முப்பத்து அஞ்சு.’

‘தப்பு. என் வயசை உங்களாலே சொல்ல முடியாது.’

‘நீங்கள் யார்? உங்க வேலை என்ன?’

‘பள்ளிப்பாளையத்திலே கேட்டா நான் யாருன்னு சொல்லுவாங்க. சாமின்னு கேட்டுப் பாருங்க. அழுத பிள்ளை வாய் மூடும்.’

‘பயமா?’

‘ஆம்! பயம்.’

‘எதுக்காக பயம்?’

‘அவங்களை மாத்த முயற்சி பண்ணினதுக்கு... ம்ஹூம். அதில்லை. காரணம் வேறே! தம்பி! நீங்க சின்னப் பையன். கொஞ்சம் கிராமத்திலே ஜாக்கிரதையா இருக்கணும். அதனோட அமைப்பு வினோதமானது!’

‘நீங்கள் முதல்லே சொன்னது எனக்குப் புரியலை. உங்ககிட்டே எதுக்குப் பயந்தாங்க? அவங்களை மாத்த என்ன முயற்சி பண்ணினீங்க?’

'என்ன பண்ணினேன்? கிணறு வெட்டினேன்! சுத்துச்சுவர் அமைச்சு மேலே கூரை போட்டு ராட்டினம் போட்டுக் கொடுத்தேன். சின்னதா ஒரு டிஸ்பென்சரி வெச்சேன். அதுலே அவர்களுக்குச் சிகிச்சை தந்தேன். சின்னப் பிள்ளைகளுக்குப் பாடம் சொல்லித் தந்தேன். அறிவு புகட்டினேன். பழைய உறவு முறைகளைக் கொஞ்சம் புதுசாக்கினேன். அடவு சொல்லிக் கொடுத்தேன். டெண்டு சினிமாவுக்குப் போய்ப் பாழாகாதீங்கடான்னேன்...'

'நல்லாத்தான் செஞ்சிருக்கீங்க... நானும் அதைத்தான் சொல்லித் தரப் போகிறேன்.'

'பிரயோசனமில்லை தம்பி. அவர்களை மாத்த முடியாது. அது உக்கிரமான கிராமம்! மாத்த முடியாது. சாமி ஆடுவாங்க. உடுக்கு அடிப்பாங்க. பெண்டாட்டியை அடிமையா நடத்துவாங்க. கூழ் குடிப்பாங்க. மழை பெய்யலைன்னா காவு வெட்டுவாங்க. சட்டை போட மாட்டாங்க. கிராமம் மாறாது!'

'உங்களுக்கு நிறைய எதிர்ப்பிருந்ததா!'

'எதிர்ப்புன்னு சொல்ல முடியாது. ஒரு விதமான...'

'எதனாலே?'

'எதனாலேன்னு ஆதாரமாப் பேச முடியாது. ஒரு விதத்திலே ஒரு பெண்ணாலேன்னு சொல்லலாம்.'

'ஓ!'

'நீங்க 'ஓங்'கிறதைப் பார்த்தா... வேறே விதமா நினைச்சுக்கா தீங்க...'

'நான் ஒண்ணுமே நினைக்கலை. நீங்க சொல்லுங்க.'

இளைஞனது ஆர்வம் இப்போது அதிகமாயிருந்தது.

'கொஞ்ச நாட்களுக்கு முன்னாலே வைகாசின்னு நெனைக்கிறேன். நான் அந்தக் கிராமத்துக்குப் போனேன். எனக்குக் கொஞ்சம் வசதிகள் இருந்தன. பணம் இருந்தது. பொழுது போகலைன்னு வெச்சுக்குங்களேன். பள்ளிப்பாளையத்தில் கொஞ்ச நாள் இருந்து பார்க்கலாம்னு வந்தேன். முன்னே வந்ததில்லை. நீங்க வந்த மாதிரிதான். பையைத் தூக்கிக்கொண்டு இதே பாதையில்தான் நடந்தேன். உங்க பையிலே பணம் அதிகம் இருக்காது. என்

பையிலே அதிகம் இருந்தது. பள்ளிப்பாளையத்திலே வந்து சேர்ந் ததும் ஊர்க் கோடியிலே சின்னதா ஒரு கோயில் சுகமாயிருந்தது. அதிலே போய்த் திண்ணையிலே உட்கார்ந்தேன். சின்னப் பையன் ஒருத்தன் அம்மணமா எதிரே வந்து நின்றான். என்னையே பார்த் தான். அது என்ன கோயில்னு கேட்டேன். மாடசாமி கோயில்னான். அட, என் பேருகூட மாடசாமிதான். சரி, அங்கேயே இருந்திட லாம்னு துண்டை விரிச்சேன். அப்புறம் கிராமத்துப் பிள்ளைகளை எல்லாம் கூட்டி வைச்சுக்கிட்டுச் சில வித்தைகள் செஞ்சு காட்டினேன். புஸ்தகத்திலே படிச்சது. நிறைய பேர் கூடிட்டாங்க. முதல்லே அவங்களுக்கு ஒரு சின்னப் பாட்டு பாடிக் காட்டினேன். எல்லாரும் 'ஆ'ன்னு வாயைத் திறந்து என்னையே பார்த்துக் கொண்டிருந்தாங்க. அப்புறம் ஒரு சின்னப் பாடம் சொல்லிக் கொடுத்தேன். எழுத்து என்றால் என்ன... இப்படி...ஆ... அ இது ஆன்னு எல்லோரையும் சேர்ந்து கத்த வச்சேன். நீ யாருன்னு ஒரு ஆள் வந்து கேட்டான். சட்டை போட்ட ஆள். அவன்தான் கிராமத்து மிராசு. சரியான மைனர். புகையிலை, சங்கிலி, மல் ஜிப்பா, வண்டி கட்டி வாரா வாரம் டவுனுக்குப்போய் என்னவோ பாவங்களை எல்லாம் சேகரிச்சுண்டு வருகிறவன். நான் யாருன்னு அவங்கிட்டே சொல்லலை. 'இந்தக் கிராமத்துக்குச் சில நல்ல தெல்லாம் பண்ண வந்திருக்கேன். உங்க மாதிரி பெரிய மனுசங்க ஒத்தாசை வேணும்' என்றேன். அவனுக்கு என்னைப் பிடிச்சிப் போச்சு. எல்லா வசதியும் செஞ்சு கொடுத்தான். ராத்திரி சாப்பாடு அனுப்பிச்சான். மறு நாள் அவர்களை எல்லாம் கூட்டி வைச்சு கொஞ்சம் பேசினேன். நீங்கள்ளாம் தெரிஞ்சுக்க வேண்டியது நிறைய இருக்கு. இந்த மாதிரி பிள்ளைகளை அம்மணமா தெருவிலே உலாத்த விடாதீங்க. அவங்களுக்கு முதல்லே படிப்பு வேணும். தினம் ஒரு மணி நேரமாவது என்கிட்டே அனுப்புங்க. அப்புறம் உங்க வீட்டைச் சுத்தமா வெக்கறது எவ்வளவு முக்கியம்... என்ன, இப்படி கதையெல்லாம் சொல்லி அவங் களைச் சிரிக்க வெச்சு, பாடி, குழந்தைகளோட விளையாடிப் படாத பாடுதான் பட்டேன்.

வயலுக்குப் போய், ஏண்டா வெட்டிக்கு விஷயம் புரியாம முந்நூறு வருஷத்துக்கு முந்தி உழுதாப்பலே உழறீங்க?'ன்னு முறைகளை மாத்தணும்னு சொன்னேன்; வெளிநாடுகள்ளே நடக்கிறதையெல்லாம் சொன்னேன்; ஓட்டுப் போடறதுன்னா என்ன? சூரியன் மறைஞ்சதும் இருட்டினதும் பெண்டாட்டி மேலே பாயக்கூடாதுன்னு எத்தனையோ சொல்லித் தந்தேன் தம்பி.

அவங்களுக்கும் என் மேலே ஒரு வித பாசம் வந்திடுச்சு. என்னைப் பார்த்ததும் மரியாதையா ஒதுங்கிடுவாங்க. தச்சன் நாற்காலி பண்ணிக் கொடுத்தான். நாவிதன் கத்தியை நல்லா தீட்டிக் கொண்டுவந்து சிரைச்சு விட்டான். கிணறு சுயமா வெட்டிக்கினானுங்க. வீட்டு வாசலைப் பெருக்கினானுங்க. எல்லாம் சரியாத்தான் மாறுதல் ஏற்பட்டது. அப்புறம்தான் வந்தது வம்பு.

மைனர் இருக்கானே மிராசு, அவன் வீட்டிலே ஒரு பெண்ணை வெச்சுக்கிட்டிருந்தான். அந்த மாதிரி வெச்சுக்கறது அவங்களுக்குத் தப்பாகவோ, அநியாயமாகவோ படலை. அந்தப் பொண்ணு ரொம்பச் சின்ன பொண்ணு. பத்தொன்பது இருபதுக்குள்தான் வயசிருக்கும். ஒரு நாள் எனக்குச் சாப்பாடு கொண்டு வந்தது. பெரிசா பொட்டு இட்டுக் கொண்டு கண்லே மான்குட்டி மாதிரி பயம். உதட்டிலே வியர்வை. 'அய்யா அனுப்பிச்சாங்க'ன்னு சொல்லி சாப்பாட்டை எடுத்து வெச்சுட்டு எச்சிலை முழுங்கி முழுங்கி என்கிட்டே என்னவோ சொல்லத் துடிச்சுது. 'என்னம்மா'ன்னு கேட்டேன். 'சாமி நீங்க ஜோசியம் பார்ப்பீங்களா'ன்னு கேட்டுது.

'ஓ, பார்ப்பேனே'ன்னு விளையாட்டுக்குச் சொன்னேன்.

'என் கையைப் பார்த்து எனக்கு எப்ப விடிவு காலம் வரும்னு சொல்லுங்க'ன்னது.

'எதிலிருந்து'ன்னுகேட்டேன்.

'அவர் என்னை வேலைக்காரியாகச் சில நாள் வெச்சுக்கிறார். சில நாள் வேறு விதமாக நடத்தறார். சில நாள் கோபம் அதிகம் வந்து அடிக்கிறார். என்னைக் கல்யாணம் பண்ணிக்கொள்ள மாட்டார். ஆனா அவருக்கு நான் கால் பிடிச்சு விடணும், எண்ணெய் தேய்ச்சு விடணும் சாமி. சில சமயம் என்னை மாட்டுச் சவுக்காலேகூட அடிப்பாரு. கொடுமைப்படுத்தறாரு. என் அப்பன் வீட்டுக்குப் போனா அங்கே சின்னாயி கொடுமை. சாமி! நீங்க எவ்வளவோ தெரிஞ்சவங்க, கிராமத்துலே உங்களைத் தெய்வமா மதிக்கிறாங்க. எனக்கு ஒரு வழி சொல்லுங்க'ன்னாள்.

'உனக்கு என்ன வேணும்'னேன்.

'எப்படியாவது இந்தக் கிராமத்திலேயிருந்து தப்பிச்சுக்கணும், அவர் கிட்டேயிருந்து தப்பிக்கணும், டவுன்லே ஏதாவது

பள்ளிக்கூடத்திலே பெருக்கற வேலை கெடைச்சாக்கூடப் போதும். எனக்கு வழி சொல்லுங்க!'ன்னா.

நான் 'பயப்படாதே. உனக்கு ஒரு வழி சொல்றேன்'னு அவளை அனுப்பி வைச்சேன்.

நான் அவளைப் பத்தி மேலே யோசிக்கக்கூட அவகாசம் இல்லை. இரண்டு நாள் கழிச்சு ராத்திரி கோயில்லே தூங்கிக் கிட்டிருந்தபோது அந்தப் பொண்ணு வந்து எழுப்பினாள். விளக்கேத்திப் பார்த்தேன். 'சாமி! என்னைக் காப்பாத்துங்க' என்று நிலைகுலைஞ்சு நின்றாள். 'அவன் என்னை ரொம்ப ஒரு மாதிரியா நடத்தறான். இசையலேன்னா அடிக்கிறான். நான் இனிமே அங்க போக மாட்டேன்'னு முதுகிலே தழும்பைக் காட்டினாள். நான் 'பயப்படாதே'ன்னு ஆறுதல் சொல்றபோது அரிக்கேன் விளக்கோட, ஆளுகளோட மிராசு வந்து நின்னான். 'சாமி! என்ன விஷயம்? ரா வேளையிலே பெண்ணைக் கூட்டி வைச்சுக்கிட்டு' என்று ஆரம்பித்தான். 'அறிவு கெட்டவனே, அந்தப் பெண்ணை ஒரு மனுஷ ஜன்மமா மதி. அப்பதான் அவள் உன்கிட்ட வருவாள். அவளைக் கல்யாணம் செய்துகொள். அப்ப தான் அவள் வருவாள். அதுவரைக்கும் கோயிலைவிட்டு அவளை நகர விட மாட்டேன்'னேன்.

அவன், 'சாமி! உனக்கு எதுக்கு இந்த வம்பெல்லாம்? வாடி...'ன்னு அசிங்கமா வார்த்தை உபயோகித்தான். நான் 'அவளைத் தொடாதே'ன்னேன். அவன் என்கிட்டே வந்து, 'சோஷலிஸ்ட் ராமி! இதுவரைக்கும் மண்ணை உழறதைப் பத்தித் தான் பேசி வந்தே, இப்ப பெண்ணை... அநாவசியத்துக்கு அடி வாங்காதே. அவள் அப்பனுக்கு நான் பணம் கொடுத்திருக்கேன். அதுக்கு அவள் எனக்கு உழைச்சாகணும்'னான்.

எனக்கும் அவனுக்கும் கைகலப்பு ஏற்பட்டு அநாவசியமா அவங்க என்னை அடிச்சாங்க. அந்தப் பெண்ணைக் காப்பாற்ற உடல் பலம் போறாமல் அவர்கள் அவளை இழுத்துப் போறதைப் பார்த்துக்கிட்டே நின்னேன்.

விடியற்காலையில் மிராசு வீட்டிலே கும்பலாயிருந்தது. என்ன டான்னு விசாரிச்சா, அந்தப் பொண்ணு இறந்து போயிட்டதாகச் சொன்னாங்க. 'ஏண்டா'ன்னா, 'அதை எல்லாம் கேக்காதீங்க சாமி'ங்கறான். வெளியிலே வந்து மிராசு நிக்கறான். 'ஏண்டா கூட்டம் போடறீங்க, வீட்டுக்குப் போங்கடா'ங்கறான். என்னைப்

பார்த்தான். எனக்கு வந்த ஆத்திரத்திலே அவன் கிட்டேபோய் அவன் தோளைத் தொட்டு உரக்கச் சபிச்சேன். 'கேள்டா பண்ணை! நீ அவளுக்குச் செஞ்ச கொடுமைக்கு நீ நாசமாய்ப் போய்டுவே. நசிச்சுப் போய்விடுவே'ன்னு கத்தினேன். அவன் 'சாமி, போய் பள்ளிக்கூடத்து வேலையைப் பாருங்க'ன்னு சிரிச்சான்.

அதை எப்படி வேணா வெச்சுக்குங்க. தற்செயலான நிகழ்ச்சின்னு சொல்லுங்க. நாலு நாள்ளே... நாலே நாளில் மிராசு டவுனுக்குப் போனவன் மாரடைப்பில் இறந்து போயிட்டான். நம்ப மாட்டீங்க. நடந்தது. என் சாபம் பலிச்சுடுச்சு!

அது நடந்து மறுநாள் நான் காலையிலே எழுந்து பார்க்கறேன். எனக்கு முன்னாலே தும் தும்னு உடுக்கு அடிக்கிறாங்க! சாமி ஆடறாங்க! பொங்கல் படைக்கிறாங்க. 'அப்பனே, மாடசாமி! நாங்கள் என்ன குத்தம் செஞ்சோம்! என்ன பரிகாரம் செய்யணும்? பொங்கல் படைக்கலாம்!' அப்படின்னு ஒருத்தன் கத்தறான்.

'என்னடா இதெல்லாம்'னு கத்தறேன். டகர டகர டன்னுன்னு டேப் அடிக்கிறாங்க... 'எதுக்குடா இதெல்லாம்'னு கத்தறேன்.

'மாடசாமி! எங்கள் தெய்வமே!'

நான்தான் தெய்வமாம். கிராம தேவதையாம். நான் சபிச்சேனாம். நான் சபிச்சுத்தான் அவன் பூட்டானாம். எனக்குப் பரிகாரமாம்!

'அடே முட்டாப் பசங்க!'ளான்னு இரைஞ்சேன்.

'சாமி கடவுளே! நாங்கள் எல்லாம் முட்டாள்கள்தான். என்ன கோபம் உனக்கு? என்ன வேணும் உனக்கு?'

சரக்குனு ஓர் ஆட்டின் கழுத்தை வெட்டி ரத்தம் குடிக்கிறான் ஒருவன். மறுபடியும் உடுக்கு அடிக்கிறாங்க! மாலையை வீச றாங்க! 'நான் என்ன சொன்னாலும் மன்னிச்சுடு சாமி. உக்ரம் தணி'ன்னு லாவணி மாதிரி பாடறாங்க! நான் என்ன செய்யறது?

குடம் குடமா தண்ணி கொண்டுவந்து எனக்கு முன்னாலே கழுவிக் கோலம் போடறாங்க!

'போங்கடா, ஒழிங்கடா!'ன்னு கதவைச் சாத்திக்கொண்டு உள்ளே வந்து தலையைப் பிடிச்சிண்டு உட்கார்ந்துட்டேன்! வெளியிலே இன்னும் வாத்தியங்கள் முழங்கறது. நடமாட்டமா இருக்கு!

அவங்க பேச்சுக் குரல் கேட்கிறது! 'அஞ்சு வருஷத்துக்கு முன்னாலே அப்படித்தான் முத்து மேலே வந்து சூறையாடினாரு! பத்து மாசம் இன்னும் உக்கிரம் இருக்கும். தணியாது. கிட்டப் போகக்கூடாது. யாராவது சாமியைத் தொட்டால் அவன் நாசமாகி விடுவான்!'

கதவைத் திறந்தால் அப்படியே கம்முனு அடங்கி மண்டி போட்டுக்கறானுங்க! என்ன செய்வீங்க, தம்பி! சொல்லுங்க! என்ன சொன்னாலும் 'கடவுளே, கடவுளே'ங்கறாங்க. தம்பி! நான்தான் கடவுளாம். மாடசாமிக் கடவுள்.

அவர்கள் பாட்டும் சத்தமும் சகிக்காம ராத்திரி வெளியே வந்து கடவுளாகவே நடித்தேன். 'அடேய்! ஹிம்சை தாங்கலை. வீட்டுக்கு ஓடிப் போங்க'ன்னேன். 'அப்படியே சாமி'ன்னு ஓடினாங்க. நான் கோயில் கதவை மூடிக்கொண்டு ராவோட ராவா கிராமத்தை விட்டு ஓடி வந்து விட்டேன். இன்னம் அந்தக் கதவு அப்படியே மூடியிருக்கும். மாடசாமி கோபம் குறைந்து கதவு திறக்க அவர்கள் காத்திருப்பார்கள்...

அவ்வளவுதான் கதை. என்ன சொல்றீங்க?' என்றார்.

இளைஞன், 'எனக்கு என்ன சொல்றதுன்னே தெரியலை!' என்றான்.

'தம்பி! இன்னும் ஒண்ணு மட்டும் சொல்றேன். அவங்க பாவனை பண்ணலை. அவங்க கண்ணிலே அசைக்க முடியாத நம்பிக்கையைப் பார்த்தேன், நான்தான் கடவுள்ங்கற மாதிரி. அதுதான் எனக்கு ஆச்சரியம். எனக்குச் சில வேளைகளிலே சந்தேகம்கூட வரது. அமானுஷ்யமா எனக்கு ஏதாவது அப்படி சக்தி இருக்கா என்ன? நான் சபிச்சுத்தான் அந்த மிராசு போய் விட்டானா? அவங்க நம்பிக்கையிலே ஏதாவது ஆதாரம் இருக்கா! நான் நிஜமாகவே உக்கிரமுள்ள கிராம தெய்வம் மாடசாமியா?'

இளைஞன் சிரித்தான்.

'இந்தக் கிராமத்தையா மாத்தப் போறீங்க?'

'முதல்லே அந்தக் கிராமத்தைப் பார்க்கணுங்க!'

'பாருங்க! பாருங்க! கிட்டே வந்துட்டோம்!'

தூரத்தில் பறை ஒலி கேட்டது.

'மாடசாமி கோயில் வாசல்லே பூசை நடக்குது! எனக்குப் பூசை! போங்க! போங்க!'

'நீங்கள் வல்லீங்களா?'

அவர் அவன் தோளில் கை வைத்து, 'நீங்க போங்க, நான் அங்கு வர மாட்டேன்' என்றார். சட்டென்று கையை எடுத்துக் கொண்டார். 'அய்யய்யோ! உங்களைத் தொட்டு விட்டேனே! என் உக்கிர காலத்தில் உங்களைத் தொடக்கூடாதே நான்!' என்று சிரித்தார்.

இளைஞனும் சிரித்தான்.

அவர் பிரிந்த பாதையில் வேறு வழி சென்றதைச் சற்று நேரம் பார்த்திருந்து விட்டு, இளைஞன் கிராமத்தை நோக்கி நடந்தான். அவன் இதயத்தில் படபடப்பு அதிகமாகியது.

கிராமம்! மாடசாமி! உக்கிரமுள்ள தேவதை! மாடசாமி! என்னைத் தொட்டாரே! தொடப்பட்டவர் நசித்துப் போவார்!

சே! என்ன பத்தாம் பசலித்தனம்!

இளைஞன் எதிரே நீல வானத்தைப் பார்த்தான், சோம்பேறித்தன மாக மேலே பார்த்தான்...

செங்குத்தாக அவன் தலைக்கு மேலே இரண்டு பருந்துகள் வட்ட மிட்டுப் பறந்து கொண்டிருந்தன!